संहार

उमेश कदम

मेहता पब्लिशिंग हाऊस

SANHAR by UMESH KADAM

संहार / कादंबरी

© उमेश कदम

‘आनंद’, २५-ई, ताराबाई पार्क, कोल्हापूर ४१६ ००२.

E-mail : kadamumesh@hotmail.com

प्रकाशक   : सुनील अनिल मेहता, मेहता पब्लिशिंग हाऊस,
          १९४१, सदाशिव पेठ, माडीवाले कॉलनी, पुणे - ४११०३०.

अक्षरजुळणी : मेहता पब्लिशिंग हाऊस, पुणे.

मुखपृष्ठ   : चंद्रमोहन कुलकर्णी

प्रकाशनकाल : प्रथमावृत्ती : नोव्हेंबर, २००७ / पुनर्मुद्रण : जानेवारी, २०१७

P Book ISBN 9788177668575

E Books available on : play.google.com/store/books
                      m.dailyhunt.in/Ebooks/marathi
                      www.amazon.in

ज्यांच्या प्रोत्साहनामुळे लिहायचे धाडस केले
ते माझे आई-वडील,
सौ. माई व श्री. बाबा कदम
यांना कृतज्ञतापूर्वक अर्पण

लेखकाविषयी

'संहार' व्यतिरिक्त उमेश कदम यांच्या 'उद्ध्वस्त', 'निर्दय', 'अमानुष', 'जिहाद', आणि 'धर्मांतर' या कादंबऱ्या आणि 'दूरची माती, जवळची नाती, 'केवळ मैत्रीसाठी...', 'एक होता मित्र...', 'शापित भूमी', 'दृष्टीपलीकडील सृष्टी' आणि 'आफ्रिकी आतषबाजी' हे कथासंग्रह प्रकाशित झाले आहेत. त्यांचे शालेय शिक्षण बार्शी, जयसिंगपूर, गडहिंग्लज व कोल्हापूर येथे तर आंतरराष्ट्रीय कायद्याचे उच्चशिक्षण व प्रशिक्षण इंग्लंड (लंडन विद्यापीठ), हॉलंड, स्वित्झर्लंड व ग्रीस येथे झाले. आंतरराष्ट्रीय कायद्याच्या पदव्युत्तर अभ्यासक्रमासाठी त्यांना राष्ट्रकुल शिष्यवृत्ती मिळाली होती. १९८० पासून १९९८ पर्यंत त्यांनी या विषयाचे अध्यापन केले. १९९८ पासून ते आंतरराष्ट्रीय रेड क्रॉसमध्ये वरिष्ठ कायदा सल्लागार या पदावर काम करत आहेत. त्यांनी १९९८ ते २००३ पर्यंत दिल्ली येथील दक्षिण आशिया विभागीय कार्यालय, २००४ ते २००८ पर्यंत कुआलालंपूर, मलेशिया येथील दक्षिण-पूर्व व पूर्व आशिया विभागीय कार्यालय, २००९ ते २०११ पर्यंत इथिओपिया येथील कार्यालय व जून २०११ ते मार्च २०१६ पर्यंत केनियाची राजधानी नैरोबी येथील पूर्व आफ्रिका विभागीय कार्यालय येथे काम केले. मे २०१६ पासून ते सुदान येथील कार्यालयात काम करत आहेत. त्यांना लिहिण्याव्यतिरिक्त चित्रकला व शिल्पकला यांचीही आवड आहे. आपले वडील कादंबरीकार बाबा कदम यांच्याकडून त्यांनी लिखाणाची प्रेरणा घेतली.

अनुक्रमणिका

एक

रिओ-द-जनेरो, सप्टेंबर १९७८

ब्राझिलच्या पूर्व किनाऱ्यावरील रम्य व रंगेल रिओ-द-जनेरोचा गॅलिआवो कार्लोस हा आंतरराष्ट्रीय विमानतळ जसजसा जवळ येऊ लागला, तसतसे एअर पोर्तुगालच्या लिस्बन ते रिओ या विमानाच्या प्रमुख वैमानिकांनी आपल्या सहकाऱ्यांबरोबर विमान उतरवायची तयारी सुरू केली. सव्वाचारशे प्रवाशांना घेऊन जाणाऱ्या, जवळजवळ सदतीस हजार फूट उंचीवरून उडणाऱ्या त्या महाकाय बोईंग सातशे सत्तेचाळीस जंबो जेटला हाताळायचे काम मोठे जोखमीचे होते. एका हवाई सुंदरीने विमानात उद्घोषणा केली.

''युवर अटेंशन प्लीज, थोड्याच वेळात आपले विमान रिओ-द-जनेरोच्या कार्लोस आंतरराष्ट्रीय विमानतळावर उतरणार आहे. कृपया आपल्या खुर्चीचा पट्टा सर्वांनी बांधावा व समोरचा ट्रे बंद करावा. विमान उतरताना आपली खुर्ची सरळ ठेवावी. धन्यवाद.''

खिडकीजवळ बसलेल्या प्रवाशांना रिओ शहर दिसू लागले. उंच इमारती, गर्द निळा अटलांटिक महासागर, किनाऱ्यावरची सोनेरी वाळू व किनाऱ्याला समांतर हिरव्या पर्वतांची रांग, असे अतिशय मनमोहक व आकर्षक दृष्य दिसत होते. विमानातून सर्वांत प्रथम लक्ष वेधून घेत होता तो, कार्कोव्हादो या दोन हजार तीनशे तीस फूट उंचीच्या डोंगरावरील जीझस ख्राईस्टचा एकशे पंचवीस फुटी उंच पुतळा! दोन्ही हात पसरून आपल्या असंख्य भक्तांना आलिंगन देण्याच्या पवित्र्यात असलेला तो पुतळा हे रिओचे एक मुख्य आकर्षण होते.

विमानाची चाके बाहेर निघाल्याचा आवाज आला. वैमानिकाने

हवाई सुंदरींना व इतर कर्मचाऱ्यांना बसायची सूचना केली. विमान धावपट्टीच्या रोखाने उतरू लागले. त्याच्या मागच्या चाकांनी जेव्हा जमिनीला स्पर्श केला तेव्हा थोडासा धक्का जाणवला. काही क्षणांत पुढची चाके जमिनीला टेकल्यावर आणखी एक हलका धक्का जाणवला. विमान धावपट्टीवर जवळजवळ एक किलोमीटर धावत गेले. ते पूर्णपणे थांबल्यावर वैमानिकांनी त्याला वळवून टर्मिनलकडे न्यायला सुरुवात केली. पुन्हा एकदा उद्घोषणा झाली.

''आपणा सर्वांचे रिओ-द-जनेरोमध्ये स्वागत. बाहेरचे तापमान २२ अंश आहे. एअर पोर्तुगालच्या सेवेचा लाभ घेतल्याबद्दल आम्ही आपले आभारी आहोत. विमानतळावर आपल्याला काही मदत लागल्यास कृपया आमच्या कर्मचाऱ्यांशी संपर्क साधावा, धन्यवाद.''

वैमानिकाने विमान प्रवासी उतरायच्या ठिकाणी नेऊन थांबवल्यावर हवाई सुंदरींना विमानाची दारे उघडायला सांगितले व खुर्चीचे पट्टे लावायचा इशारा बंद केला. प्रवाशांनी हळूहळू आपल्या डोक्यावरील कप्प्यांमधून हातातून न्यायचे सामान काढून घ्यायला सुरुवात केली. सर्वप्रथम श्रीमंतांसाठी असलेल्या पहिल्या वर्गातील प्रवाशांना उतरायचे प्राधान्य दिले गेले. ते सर्व विमानातून बाहेर पडल्यावरच इकॉनॉमी वर्गातील प्रवाशांना बाहेर जाऊ दिले. त्या दिवशी पहिल्या वर्गातील एका वयोवृद्ध प्रवाशासाठी व्हीलचेअर मागवली होती. जवळजवळ सत्तरीत असलेल्या त्या गृहस्थासमवेत तीनजण होते. ते ३० ते ४० वयोगटातले वाटत होते. सर्वांनी उंची सूट परिधान केलेले, वयस्कर गृहस्थ प्रवासाने थोडे थकलेले वाटत होते. चेहऱ्यावर काहीशी ग्लानी आलेली, तरीही टायची गाठ व्यवस्थित, पांढरे विरळ केस ठीकपणे भांग पाडलेले व लांब सरळ नाकावर सोनेरी काड्यांचा चष्मा, असे सर्व काही जिथल्या तिथे होते. एअर पोर्तुगालच्या कर्मचाऱ्याने त्यांची व्हीलचेअर, पासपोर्ट व व्हिसा तपासणाऱ्या इमिग्रेशन अधिकाऱ्याकडे नेली. ते व्हीलचेअरवर असल्यामुळे त्यांना व त्यांच्याबरोबरच्या सर्वांना रांगेमध्ये उभे राहण्याची गरज नव्हती. त्या अधिकाऱ्याने सर्वांचे पासपोर्ट आपल्याकडे घेतले. ब्राझिलचा तीन आठवड्यांचा प्रवासी व्हिसा प्रत्येकाच्या पासपोर्टमध्ये होता.

त्याने पासपोर्टमधील फोटो त्यांचेच आहेत याची खात्री करून घेतली. इमिग्रेशन फॉर्मवर व पासपोर्टवर असलेली नावे एकसारखीच आहेत की नाहीत याचीही खात्री करून घेतली.

त्या वृद्ध गृहस्थाचे नाव होते एदुआर्दो लुईस ऑग्विर मेंडोझा. त्यांच्याबरोबर असलेल्या तिघांपैकी सर्वांत थोरला होता ४५ वर्षांचा लिओनार्दो एदुआर्दो ऑग्विर मेंडोझा, एदुआर्दोचा मुलगा त्यांच्यासारखाच उंचापुरा, पण जरा स्थूल, केस विरळ होत चाललेले व चेहरा सतत काळजीत पडल्यासारखा. दुसरा होता त्यांचा पुतण्या- रिकार्दो सिल्व्हेरो द आव्हेला मेंडोझा, छत्तीस वर्षांचा, मध्यम उंचीचा, दाट केस व तीक्ष्ण डोळे असलेल्या रिकार्दोची शरीरयष्टी व्यायामाने कमावलेली वाटत होती. सर्वांत लहान जस्टिनो, रिकार्दोचा धाकटा भाऊ बत्तीस वर्षांचा होता. निळ्या डोळ्यांचा, केसांची दाट झुलपे असलेला जस्टिनो भिरभिरत्या नजरेने विमानतळावरील तरुणींना न्याहाळत होता. ते चौघेही पोर्तुगीज नागरिक होते.

आपले पासपोर्ट घेऊन ते सामान घ्यायच्या ठिकाणी गेले. तीन पोर्टर्सच्या मदतीने पाच मोठमोठ्या बॅगा त्यांनी दोन ट्रॉलीवर चढवून घेतल्या. तेथून ते कस्टम तपासनीसाकडे गेले. बॅगांचा आकार पाहून त्या तपासनीसाने त्यांना बॅगा उघडायला सांगितले. रिकार्दोकडे सर्व बॅगांच्या किल्ल्या होत्या. तपासणी करणाऱ्याला बॅगांमध्ये कपडे व दैनंदिन उपयोगाच्या गोष्टी व औषधांचा एक डबा याशिवाय काहीच आढळले नाही. हातातील एका छोट्या बॅगमध्ये मात्र पोर्ट वाईनच्या सहा बाटल्या त्याला दिसल्या.

"तुम्ही चौघे मिळून सहा पोर्ट वाईनच्या बाटल्या कस्टम ड्यूटी न भरता घेऊन जाऊ शकता, अगदी महागडी दिसते?" आशाळभूत नजरेने त्याने विचारले. एखादी बाटली बक्षीस मिळावी ही त्याची अपेक्षा. अर्थात 'मेंडोझा' ही पोर्तुगालच्या पोर्तो या भागात बनणारी जगातील सर्वांत प्रसिद्ध व महाग पोर्ट वाईन समजली जाते. पोर्ट या प्रकारातील ती सर्वोत्तम मानली जाते.

"ज्या वाडनरीत ही वाईन बनते तिचे आम्ही मालक आहोत." असे त्या तपासणी करणाऱ्यास सांगावे असे जस्टिनोच्या तोंडावर आले होते, पण त्याने ते टाळले. काही आक्षेप न घेता त्या

तपासणी करणाऱ्याने त्यांना मोकळे केले. बाहेरच्या स्वागत कक्षात 'मेंडोझा कुटुंबीय', या नावाचा फलक घेतलेल्या मॅजेस्टिक रिओ पॅलेस हॉटेलचा प्रतिनिधी त्यांची वाट पाहत उभा होताच. रिकार्डोने त्याला आपली ओळख सांगितली, त्यावर तत्परतेने त्याने पोर्टर्सना सामान बाहेर उभ्या असलेल्या ऑटोलॅटिना फोर्ड व्हॅनकडे घ्यायला सांगितले.

"मी हॉटेलचा सहाय्यक मॅनेजर व्हिटेरो. मॅनेजरसाहेब स्वतःच आपल्या स्वागतासाठी येणार होते, पण ऐनवेळी त्यांना पर्यटन मंत्रालयात जावे लागले म्हणून त्यांनी आपल्या स्वागतासाठी मला पाठविले आहे.''

रिकार्डो त्यावर फक्त 'ठीक आहे', असे म्हणाला. त्याला विनाकारण संभाषण वाढवायचे नव्हते. व्हॅन रिओच्या दिशेने धावू लागली. रस्त्याच्या दुतर्फा हिरवीगार दाट झाडी व त्यांच्या पलीकडे सुंदर डोंगरांची रांग दिसत होती. मधूनच उंच इमारतींच्या वसाहती दिसत होत्या. शहराजवळ गेल्यावर वाढत्या वाहतुकीमुळे त्यांना हॉटेलवर पोहोचायला जवळजवळ पाऊण तास लागला. ते हॉटेलवर पोहोचले तेव्हा संध्याकाळचे साडे सहा झाले होते.

रिओच्या नयनमनोहर कोपाकबाना या समुद्रकिनाऱ्याला समांतर जाणाऱ्या अटलांटिका ॲव्हेन्यूवरचे मॅजेस्टिक रिओ पॅलेस हे एक जगप्रसिद्ध पंचतारांकित हॉटेल. चौदा मजली इमारतीमध्ये फक्त एकशे वीस प्रशस्त खोल्या व सदनिका होत्या. त्यापैकी बऱ्याच एखाद्या फ्लॅटसारख्या भव्य होत्या. मोठी बेडरूम, स्वतंत्र ड्रेसिंग रूम, बैठकीची खोली व डायनिंग रूम यामुळे एखाद्या घरात गेल्यासारखे वाटावे. त्यात दोन टी.व्ही., फ्रीज, छोटा बार अशा सोई तर होत्याच पण खिडकी उघडल्यावर निळ्याभोर आणि भव्य अशा अटलांटिक महासागराचे दर्शन घडायचे. उजव्या बाजूला एकमेकाला लागून असलेले दोन उंच डोंगर लक्ष वेधून घ्यायचे. त्यांना 'दोन भाऊ' असे संबोधले जायचे. डाव्या बाजूला 'शुगर लोफ' हा तेराशे पन्नास फूट उंचीचा प्रचंड दगडाचा सुळका. समोर गर्द निळ्या समुद्रातील लाटांची शुभ्र फेस उधळत चाललेली किमया त्या हॉटेलशिवाय अन्य कोणत्याही हॉटेलमधून दिसायची नाही. जगाच्या विविध भागातील अतिश्रीमंत व्यावसायिकंच

नव्हे तर राष्ट्रांचे प्रमुख, राजघराण्यातील मंडळी व हॉलिवूडच्या प्रसिद्ध नट-नट्या यांचे रिओला जाणे झाले की त्यांचा मॅजेस्टिक रिओ पॅलेसशिवाय दुसरीकडे मुक्काम नसे.

क्वॅन हॉटेलच्या दारात पोहोचते न पोहोचते तोच मुख्य मॅनेजर लगबगीने स्वागतासाठी पुढे गेले. व्हीलचेअरची सोय आधीच केली होती. व्हॅनचे दार उघडता-उघडता त्यांनी एदुआर्दोंना विचारले, ''प्रवासाचा त्रास नाही ना झाला आपल्याला?'' ''नाही, नाही, थोडा आराम केला मी विमानात.'' एदुआर्दो उत्तरले.

''मी होजे सर्जिओ, या हॉटेलचा मुख्य मॅनेजर, आपल्या स्वागतासाठी विमानतळावर येऊ शकलो नाही, याबद्दल माफी असावी. एका महत्त्वाच्या मीटिंगसाठी पर्यटन मंत्रालयाच्या उपकार्यालयात जावे लागले. कृपया गैरसमज नसावा.''

''मुळीच नाही! तुमचे सहाय्यक आलेच होते आम्हाला घ्यायला.'' एदुआर्दो व्हीलचेअरवर बसता बसता म्हणाले.

''आपण सर्व आपल्या सदनिकांकडे चलावे व आराम करावा. नोंदणी फॉर्म भरण्याचे सोपस्कार नंतर करता येतील.''

मॅनेजर स्वत: त्यांना दहाव्या मजल्यावरील सदनिकांकडे घेऊन गेले. हॉटेलचे कर्मचारी त्यांच्यामागोमाग सामान घेऊन गेले. त्या चारजणांसाठी दोन सदनिका राखून ठेवल्या होत्या. तीन आठवड्यापूर्वी जेव्हा मॅनेजरना पोर्तुगालवरून आलेले पत्र मिळाले, तेव्हाच त्यांच्या लक्षात आले की, एक बडी आसामी हॉटेलमध्ये रहायला येणार आहे. पत्रावर मायना होता 'मेंडोझा वाडनरी, आलेंतेनो लॉज, व्हिलानोव्हा द गायआ, ओपोर्तो, पोर्तुगाल.' त्या वाडनरीच्या मॅनेजरनी पत्रात लिहिले होते, ''आमच्या कंपनीचे ज्येष्ठ भागीदार श्री. एदुआर्दो लुईस ऑग्विर मेंडोझा हे आपले सुपुत्र श्री. लिओनार्दो व पुतणे श्री. रिकार्दो व श्री. जस्टिनो यांच्या समवेत दोन आठवड्यांच्या वास्तव्यासाठी रिओ-द-जनेरोला येणार आहेत. त्यांनी मॅजेस्टिक रिओ पॅलेस हॉटेलमध्ये उतरावे अशी आमची इच्छा आहे. त्या चौघांसाठी दोन प्रशस्त सदनिका आरक्षित कराव्यात. सोबत अॅडव्हान्सपोटी पंचवीस हजार अमेरिकन डॉलर्सचा सिटी बँक न्यूयॉर्कवरील चेक जोडला आहे. श्री. एदुआर्दो यांच्यासाठी व्हीलचेअरची सोय करावी.

त्या चौघांचे रिओ येथील वास्तव्य आरामदायी व्हावे यासाठी आवश्यक ती काळजी आपण घ्याल ही अपेक्षा.''

हॉटेल चालविणारी मुख्य कंपनी अमेरिकेत सॅनफ्रान्सिस्कोमध्ये होती. पण कंपनीच्या संचालक मंडळाचा होजे सर्जिओ यांच्यावर खूपच विश्वास व भरवसा होता. गेली १७ वर्षे ते मुख्य मॅनेजर होते. हॉटेलचा सर्व कारभार त्यांच्या हाती होता. त्यांच्या मार्गदर्शनाखाली हॉटेल व्यवस्थित चालले होते. चाळिशीच्या होजेंचे शिक्षण जिनिव्हाच्या केटरिंग संस्थेत झाले होते. हॉटेल मॅनेजमेंटमध्ये त्यांनी पदव्युत्तर अभ्यासक्रम केला होता. हॉटेलमधील भोजनाचीही ख्याती होती. लास ईग्वानास हे दक्षिण अमेरिकन, गोइझ्झी हे अरेबियन, तर बकालाहु हे पोर्तुगीज अशी तीन वेगवेगळी रेस्टॉरंटस् हॉटेलच्या पहिल्या मजल्यावर होती. त्यांचे आचारीही त्या व्यवसायातील तज्ज्ञ होते. पूर्वसूचना असेल तर खास पाहुण्यांच्या आवडीचे पदार्थ बनवायची सोयही होती.

पोर्तुगालहून आलेले ते पत्र वाचताच त्यांनी दोन सुसज्ज सदनिका राखून ठेवल्या. त्यांनी मेंडोझा कुटुंबियांची चोख व्यवस्था करावयाचे ठरविले. सर्व कर्मचाऱ्यांना त्यांनी तशा सूचना देऊन ठेवल्या होत्या. मेंडोझा वाडनरीचे मालक म्हणजे साधीसुधी आसामी नव्हती. त्यांच्या पोर्ट वाईनची प्रसिद्धी व लोकप्रियता होजेंना कित्येक वर्षांपासून ठाऊक होती. जिनिव्हाच्या केटरिंग संस्थेत शिकत असताना त्यांनी वाईन पेयाचा सखोल अभ्यास केला होता. कोणत्या पदार्थाबरोबर कोणती वाईन घ्यावी, तिचे तापमान किती असावे, कोणत्या ग्लासमधून ती पेश करावी, दिवसाच्या कोणत्या वेळी कोणती वाईन घ्यावी, याचा तर गाढा अभ्यास होताच, पण बऱ्याच वाईन्सची चव घेऊन ते वाईनचा ब्रॅन्डही ओळखायचे.

उत्तम 'पोर्ट वाईन' ही फक्त पोर्तुगालमध्येच बनते. जवळजवळ वीस टक्के मद्यार्क असलेली ही वाईन काळ्या द्राक्षापासून बनवतात. द्राक्षाचे द्रावण आंबवून ती केली जाते. पण ती प्रक्रिया पूर्ण होण्याआधी त्या द्रावणात बिनवासाची ब्रॅंडी मिसळली जाते. त्यामुळे आंबण्याची प्रक्रिया मंदावते व द्राक्षातील साखर काही प्रमाणात तशीच राहते, त्यामुळे पोर्ट नेहमी थोडीशी गोडसर लागते.

ओपोर्टों किंवा नुसतेच पोर्टो या नावाने ओळखला जाणारा पोर्तुगालच्या उत्तरेकडील प्रदेश, पोर्ट वाईन बनवण्यासाठी प्रसिद्ध. त्यावरूनच 'पोर्ट' हे नाव प्रचलित झाले. पोर्टच्या वाडनरी ह्या प्रदेशातून वाहणाऱ्या सुंदर ड्युरो नदीच्या काठावर वसल्या आहेत. मेंडोझा वाडनरी व्हिलानोव्हा द गायआ या भागातील आलेंतेनो लॉज या भव्य ऐतिहासिक किल्लेवजा इमारतीत आहे. तिची स्थापना १८८४ साली एदुआर्दो यांचे आजोबा जाव्हिएर यांनी केली. तेव्हा फक्त एका छोट्या इमारतीत त्यांनी आपल्या पत्नीच्या मदतीने पोर्ट बनवायला सुरुवात केली. हळूहळू व्यवसाय वाढत गेला व आज पोर्ट वाईनचे साम्राज्य स्थापले गेले. जाणकाराला पोर्ट म्हटले की, 'मेंडोझा' शिवाय दुसरा ब्रँड डोळ्यासमोर यायचा नाही.

एका सदनिकेत एदुआर्दो व त्यांचा मुलगा लिओनार्दो राहणार होते. तर दुसरीत रिकार्दो व जस्टिनो. दोन्ही सदनिका एकमेकींना लागूनच होत्या. हॉटेलच्या कर्मचाऱ्यांच्या मदतीने त्यांनी बॅगा उघडून सामान लावून घेतले. एदुआर्दो पलंगावर आराम करण्यासाठी आडवे पडले होते. जवळ लिओनार्दो होताच. त्यांच्याजवळ जाऊन रिकार्दो म्हणाला, "काका, मी खाली जाऊन मॅनेजरला भेटून पुढच्या कार्यक्रमाची व्यवस्था कशी करायची ते पाहून येतो.

"हो बेटा, सगळे व्यवस्थित विचारून घे, आणि त्याला त्या सहा बाटल्या द्यायचे विसरू नकोस.''

एदुआर्दोनी रिकार्दोला आठवण करून दिली. पोर्तुगालहून निघताना त्यांनी आठवणीने सहा बाटल्या घेतल्या होत्या. ज्या हॉटेलमध्ये आपल्याला दोन आठवडे रहायचे आहे, त्या हॉटेलच्या मॅनेजरला खुश ठेवले की सर्व कर्मचाऱ्यांच्या वागणुकीत कसा फरक पडतो हे इतक्या वर्षांच्या जगप्रवासाच्या अनुभवातून ते शिकले होते.

"हो काका, मी त्या बाटल्या एका बॉक्समध्ये घालून ठेवल्या आहेत, आत्ताच त्यांना देतो'', असे म्हणून रिकार्दो तेथून निघाला.

आपल्या कार्यालयात होजे सर्जिओ विचार करत बसले होते की, या गर्भश्रीमंत मेंडोझा कुटुंबीयांचे रिओला येण्याचे काय प्रयोजन असावे? तसे पाहिले तर वाडनरीच्या व्यवसायासाठी कंपनीचे प्रतिनिधी देशोदेशी जाऊन वितरकांशी संपर्क साधतच असतात. कामासाठी तरी

हे नक्कीच आले नसावेत. शिवाय एदुआर्दो खूप थकलेले दिसतात. बहुतेक वेळा त्यांना व्हीलचेअर लागतेच. अशा परिस्थितीत त्यांनी लिस्बन ते रिओ हा अकरा तासांचा प्रवास का करावा समजत नाही.

इतक्यात रिकार्दोने त्यांच्या दारावर टक् टक् केली व आत येऊ का विचारले.

"या, या, आपण कशाला तसदी घेतली? फोन केला असता तर आलो असतो वरती! सगळे व्यवस्थित आहे ना?"

"अगदी उत्तम. काकांनी तुमच्यासाठी ही छोटीशी भेट पाठवली आहे." रिकार्दो त्यांच्या हातात पोर्ट वाईनचा बॉक्स देत म्हणाला. तो उघडता उघडता होजे म्हणाले,

"अरे हे काय? याची काय गरज होती? किती त्रास घेतलात तुम्ही?" होजे भारावून गेले होते.

"त्यात त्रास कसला? घरचीच वाईन आहे. काका ओपोटाहून निघताना म्हणाले की, आपली चार दिवस देखभाल करणाऱ्या गृहस्थांना आपली आठवण म्हणून वाईन घेऊन जाऊ!"

"साहेबांना माझे धन्यवाद सांगा. आता आराम करत असतील, नाहीतर मी स्वतःच त्यांना भेटून आभार मानले असते, आपण बसा ना!"

"मिस्टर सर्जिओ..." रिकार्दो त्यांना उद्देशून काही तरी सांगणार इतक्यात त्याला मधेच थांबवत मॅनेजर म्हणाले,

"कृपा करून मला 'होजे' म्हणून संबोधा!"

"ठीक आहे होजे, तुमच्या नोंदणी पुस्तकात आम्हा सर्वांच्या वतीने मी माहिती भरून सही करतो. आमच्या या रिओ भेटीचे आयोजन आणि येथील सर्व व्यवस्था करण्याचे काम मी पाहत जाईन. काका तर खूप थकले आहेत, लिओनार्दो सतत त्यांना जवळ लागतो. तर धाकटा जस्टिनो अजून तसा अल्लडच आहे."

"अगदी बरोबर. तुम्ही काहीही काळजी करू नका. कसलीही मदत लागली तर अगदी अर्ध्या रात्रीसुद्धा मला फोन करा." होजे म्हणाले.

"मी सदैव तुमच्या संपर्कात राहीन. बरं, आम्हाला दोन आठवड्यांसाठी एक व्हॅन भाड्याने घ्यायची आहे."

''असं? आताच हर्ट्झ् कंपनीला फोन करतो. त्यांच्याकडे चांगल्या गाड्या भाड्याने मिळतात. अनुभवी ड्रायव्हर व सुस्थितीतील व्हॅन नक्कीच मिळेल. त्या कंपनीचा मॅनेजर लावरो पिन्हेरो माझ्या ओळखीचा आहे.''

''पण होजे, आम्हाला ड्रायव्हरची गरज नाही. जस्टिनो व्हॅन चालवेल. त्याला गाड्यांची व त्या चालवायची खूप आवड आहे. तो इकडे यायला तयार नव्हता, पण जेव्हा त्याला सांगितलं की, रिओत तूच गाडी चालव, तेव्हाच तो तयार झाला. त्याच्याकडे सध्या एक बी.एम.डब्ल्यू, एक फरारी व एक पोर्शे आहे.''

''अस्सं? मग काही हरकत नाही. मी असं करतो, तुमच्यासाठी चांगली वातानुकूलित फोर्ड व्हॅन ठरवतो. ते तुम्ही माझ्यावर सोपवा. तुम्हाला खूप फिरावं लागणार आहे का?'' होजेंनी कुतूहलापोटी विचारले.

''तरी बऱ्यापैकी फिरावं लागेल. खरं म्हणजे आमच्या या प्रवासाचं प्रयोजन काय आहे हे तुम्हाला सांगायला हवं. काकांचा जन्म रिओचा, १९०६ सालचा. तेव्हा काकांचे वडील लुईस हे येथील पोर्तुगीज वकिलातीत उच्च अधिकारी होते. अर्थात त्यावेळी घरात वाईनचा व्यवसाय होताच. पण लुईस आजोबांचे व बंधू व्हॅलेंटो म्हणजे माझे आजोबा यांचे खटके उडू लागले. काही केल्या त्यांचं जमेना, म्हणून लुईस आजोबांनी पोर्तुगीज सरकारच्या विदेश सेवेत नोकरी पत्करली. त्यांची पहिली नेमणूक रिओला झाली. ते व त्यांच्या पत्नी जिसेल १९०४ मध्ये रिओत आले, पण काकांच्या जन्मानंतर जेमतेम एक वर्षाने एक अतिशय दुःखद घटना घडली'', रिकार्डो गंभीर होऊन म्हणाला.

''काय झालं बरं?''

''लुईस आजोबांचं अचानक निधन झालं, खरं म्हणजे त्यांची हत्या केली गेली. तुम्हाला ठाऊक असेलच की, एकोणिसाव्या शतकाच्या अखेरीस ब्राझिलच्या दक्षिणेकडील नौदलाच्या काही अधिकाऱ्यांनी त्यावेळेचे अध्यक्ष जनरल मॅन्युएल फॉन्सेका यांच्या विरुद्ध बंड पुकारून उठाव केला होता. त्यानंतर १८९८ मध्ये नागरी सरकार सत्तेवर आलं व अध्यक्ष ... काय बरं नाव असावं त्यांचं?'' रिकार्डोला नाव आठवेना.

''प्रुदेन्त होजे द मोरायस बारोस.'' होजे म्हणाले.

''बरोबर, अध्यक्ष बारोस यांनी कायदा व सुव्यवस्था सुधारली. अनेक राष्ट्रांशी राजनैतिक व वाणिज्य व्यवहार सुधारले. त्याचवेळी पोर्तुगालशीदेखील कित्येक वर्षांचे वैर विसरून त्यांनी संबंध सुधारले. पोर्तुगीज वकिलाती व राजदूतावास उघडले, पण अध्यक्ष बारोस यांचे काही अतिरेकी विचारसरणीचे विरोधक त्यांच्या पोर्तुगालशी संबंध सुधारण्याच्या धोरणाला विरोध करत होते. त्यांनी त्याचाच एक भाग म्हणून पोर्तुगीज अधिकाऱ्यांना लक्ष बनवले. त्यातच लुईस आजोबांना प्राणास मुकावे लागले.''

''अरेरे, खूपच दुःखद घटना ही!'' होजे रिकार्डोला सहानुभूती दर्शवित म्हणाले.   ''लुईस आजोबांचं दफन येथील साओ फ्रान्सिस्को झेवियर या दफनभूमीत झालं. काकांना आपल्या वडिलांच्या समाधीला भेट द्यायची इच्छा होती व आपले जन्मस्थळही पुन्हा एकदा पाहायचं होतं. तसं पाहिलं तर तीस वर्षांपूर्वी ते इथे येऊन गेले. आम्हा भावंडांची रिओला यायची पहिलीच वेळ. काकांसाठी तसा हा प्रवास त्रासदायक म्हणावयाचा. पण त्यांचा अट्टाहास होता. आता त्यांचं काही खरं नाही...'' रिकार्डो गंभीरपणे म्हणाला.

''म्हणजे? मला आपल्या बोलण्याचा रोख समजला नाही'', होजेंना काकांच्या प्रकृतीविषयी जरा शंका आलीच होती, पण खरा प्रकार काय आहे हे जाणून घेण्यासाठी त्यांनी रिकार्डोला विचारले.

''काकांना प्रोस्टेटचा कर्करोग आहे. गेली काही वर्षे किमोथेरपी चालू आहे. पाच-सहा वर्षांपूर्वी एक शस्त्रक्रियाही केली होती, पण डॉक्टरांनी आता आशा सोडली आहे.'' रिकार्डो सद्गदित होऊन म्हणाला. खिशातून रूमाल काढून त्याने डोळे टिपले. ते पाहून होजेंच्या डोळ्यातही पाणी आले. रिकार्डो पुढे म्हणाला, ''येथून आम्ही अमेरिकेत मायामीला जाणार आहोत. तेथील एक शल्यविषारद काकांना तपासणार आहेत. गेल्या महिन्यात लिस्बनचे डॉक्टर म्हणाले की, त्यांच्या काही अंतिम इच्छा असतील तर विचारून पहा. पण त्यांना विचारणार कसं की तुमचे आता खूप कमी दिवस राहिलेत, शेवटच्या इच्छा पूर्ण करून घ्या म्हणून. पण आमच्या डार्सीकाकी खूपच व्यवहारी व समंजस. त्यांनी व लिओनार्दोने काकांजवळ

बोलता बोलता त्यांच्या आयुष्यात राहून गेलेल्या गोष्टींचा विषय काढला. काकांनाही तसं आता कळून चुकलंय की, आपण थोड्याच दिवसाचे सोबती आहोत. ते स्वतःहूनच म्हणाले की, माझे डोळे मिटण्यापूर्वी मला एकदा रिओला घेऊन चला. वडिलांची समाधी व माझे जन्मस्थळ पुन्हा एकदा डोळे भरून पाहून घ्यावं असं वाटतं. तसं पाहिलं तर त्यांच्या अल्पकाळच्या रिओ वास्तव्यावर वडिलांच्या हत्येचे सावट, पण त्यांच्या समाधीचं दर्शन घेतल्याशिवाय...'' रिकार्डो पुढे काही बोलला नाही, पण त्याला काय अभिप्रेत होते ते होजेंना समजले. त्यांनी विषयांतर करायच्या उद्देशाने विचारले,

''सोबत काकी नाही आल्या?''

''नाही, डार्सीकाकींना कमालीचा संधिवात. उठ-बस करण्यासाठीही मदत लागते. चालणं तर दूरच राहिलं. आम्ही म्हणालो, चला काकांच्या सोबतीला, पण त्याच म्हणाल्या की, एका आजारी माणसाला घेऊन जाताय हेच मोठं, त्यांची व्यवस्थित देखभाल करा. माझी कशाला अडचण? त्या जेवढ्या व्यवहारी, त्याच्या उलट आमचे काका खूपच भावनाप्रधान. ते आमचे चुलत काका असले तरी, आम्हा सर्वांवर वडिलांसारखी माया करतात. लुईस आजोबांच्या हत्येनंतर काकांचं संगोपन व शिक्षण आमच्या वडिलांबरोबर झालं. पिढीजात वाईनचा व्यवसाय अतिशय समजूतदारपणे त्यांनी सर्वांनी सांभाळला व वाढवला. आजही आम्ही सहा भावंडं कसलाही मतभेद होऊ न देता व्यवसाय सांभाळत आहोत.''

''त्याशिवाय का इतकी प्रगती व जगभर नाव होतंय?'' होजे म्हणाले.

''चला, निघतो मी. खूप वेळ घेतला तुमचा. उद्या सकाळी दहा वाजेपर्यंत गाडीची सोय झाली तर बरं होईल.'' रिकार्डो उठत म्हणाला.

''सकाळी साडेनऊला गाडी दारात असेल.''

ब्राझिलमध्ये पोर्तुगीज भाषा बोलली जाते. त्याचे कारण हा देश एकेकाळी पोर्तुगालच्या अधिपत्याखाली होता. तसे पाहिले तर

कित्येक शतके संपूर्ण दक्षिण अमेरिका हा उपखंड स्पेन व पोर्तुगाल यांच्या साम्राज्याचा भाग होता. एक जानेवारी १५०२ या दिवशी पोर्तुगीज खलाशी गास्पद-द-लेमोस आपल्या जहाजानिशी एका प्रचंड खाडीत शिरला. त्याला प्रथम ती नदी वाटली, म्हणून त्याने तिचे नाव रिओ-द-जनेरो म्हणजे जानेवारीची नदी असे ठेवले. त्याच सुमारास स्पॅनिश व फ्रेंच खलाशांनीही तेथे पाय रोवले. पोर्तुगीजही बऱ्याच मोठ्या प्रमाणावर तेथे पोहोचले होते. त्यांनी तेथे लागवडी सुरू केल्या. प्रमुख उत्पादन होते, ब्राझिल नावाच्या प्रचंड वृक्षाचे. त्याच्या मजबूत लाकडावरूनच नंतर ब्राझिल हे देशाचे नाव पडले. १५३० पासून पोर्तुगीजांनी पद्धतशीरपणे तिथे आपली वसाहत वसवायला सुरुवात केली. त्यावेळी पोर्तुगालचा राजा होता तिसरा जॉन. १५४९ मध्ये त्याने ब्राझिलच्या गव्हर्नर जनरल या पदावर थोमे-दि-सुझा याची नेमणूक केली. तो खूप लढाऊ वृत्तीचा होता. १५५५ मध्ये रिओ जवळ पोर्तुगीज व फ्रेंचांचा लढाई झाली. त्यात फ्रेंचांचा पाडाव झाला. त्यानंतर १५८० साली पोर्तुगीजचे तख्त स्पेनचा राजा दुसरा फिलीप याच्याकडे वारसाहक्काने गेले. पोर्तुगाल व त्यांच्या सर्व वसाहतीवर स्पेनचे अधिपत्य लागू झाले. त्यावेळी स्पेनचे दोन कट्टर शत्रू होते, इंग्लंड व हॉलंड. या दोन्ही देशांनी स्पॅनिशांना त्रास द्यायच्या उद्देशाने ब्राझिलसारख्या स्पॅनिश वसाहतीवर छोटे-छोटे हल्ले चढवले. पोर्तुगालमध्ये स्पॅनिशांच्या विरोधात बंड पुकारण्यात आले व ते यशस्वीही झाले. पोर्तुगाल स्पेनपासून स्वतंत्र झाला. ब्राझिलही ओघाओघाने पुन्हा पोर्तुगीजांच्या ताब्यात आले. दरम्यान स्पॅनिशांनी दक्षिण अमेरिका खंडाच्या इतर भागात आपले पाय रोवले. त्यांच्या व पोर्तुगीजांच्या भांडणांना व चकमकींना मधून-मधून ऊत यायचा. पण पोर्तुगीजांचा ब्राझिलवरचा ताबा पक्का होता. त्याचे खरे कारण होते, ब्राझिलची खनिज संपत्ती! जेव्हा तेथे सोन्याच्या खाणी सापडल्या, तेव्हा तिथे पोर्तुगीजांचा लोंढाच लागला.

तेथील मूळच्या रहिवासी आदिवासींना त्यांनी गुलाम बनवून टाकले. कित्येक वर्षे तेथे स्थायिक झालेल्या पोर्तुगीज वंशाच्या लोकांनी ब्राझिलला आपलाच देश मानले व पोर्तुगाल विरुद्धच बंड

पुकारून १८२३ साली पोर्तुगालचे ब्राझिलवरील अधिपत्य संपले. त्यानंतर ब्राझिलमधे अनेक राजकीय उलथापालथी झाल्या पण त्यात पोर्तुगालचा हात नव्हता. गंमत म्हणजे १८२३ साली ज्यावेळी ब्राझिल पोर्तुगालपासून स्वतंत्र झाला त्यावेळी ब्राझिलच्या स्वातंत्र्ययोद्ध्यांनी घोषणा केली की, आत्तापर्यंत पोर्तुगाल ही ब्राझिलची वसाहत होती, तिला आम्ही आता स्वातंत्र्य बहाल करीत आहोत!

दुसऱ्या दिवशी सकाळी ठरल्याप्रमाणे व्हॅन आली. त्यानंतर रोज ते चौघेही बाहेर पडू लागले. शक्यतो नाश्ता झाल्यावर सकाळी दहाच्या सुमारास ते बाहेर पडायचे व दुपारी साडेबारा-एकच्या सुमारास परतायचे. काकांच्या प्रकृतीमुळे खूप वेळ बाहेर फिरणे झेपणार नव्हते. दुपारच्या जेवणानंतर दोन अडीच तास विश्रांती झाल्यावर संध्याकाळी एक-दोन तासासाठी पुन्हा बाहेर पडायचे. तसे खिडकी जवळच्या बाल्कनीत बसले तरी वेळ छान जायचा. समोरच्या कोपाकबाना समुद्र किनाऱ्यावरच्या गमती-जमती पाहण्यासारख्या होत्या. कोणी व्हॉलीबॉल खेळतंय, तर कोणी अंगाला 'सनस्क्रीन' लोशन फासून उन्हात पहुडलंय, लहान मुले वाळूचे किल्ले करण्यात दंग तर काहीजण लहान-लहान बोटींच्या शर्यती लावण्यात! त्यातच सर्फिंगच्या फळीवरून लाटांवर चित्तथरारक कसरती करणाऱ्यांची लुडबूड! पेयांच्या छोट्या-छोट्या स्टॉल्सवरून दोन्ही हातांच्या तळव्यावर उघडलेली भलीमोठी शहाळी घेऊन जाणाऱ्या तोकडे कपडे घातलेल्या तरुणींना, वाळूत खेटून पहुडलेल्या प्रेमी युगुलांना चुकवून जाण्याची कसरत करावी लागत होती! कोपाकबाना व थोडे पुढे गेल्यानंतर सुरू होणाऱ्या ईपानेमा या तशाच सुंदर समुद्रकिनाऱ्यावर नवखा माणूस गेल्यानंतर त्याला शंका यावी की तिथे अंगभर कपडे घालून जायची कायद्याने बंदी आहे की काय?

कधी कधी संध्याकाळी रिकार्डो व जस्टिनो समुद्र किनाऱ्याजवळील एखाद्या बारमध्ये जाऊन यायचे. लिओनार्दो मात्र सदैव वडिलांजवळ असायचा. होजे रोज सकाळी व संध्याकाळी रिकार्डोची भेट घेऊन, सगळे व्यवस्थित चालले आहे की नाही याची चौकशी करायचे. रिकार्डो त्यांना त्या त्या दिवसाचा कार्यक्रम काय आहे, हे सकाळच्या भेटीत सांगायचा व संध्याकाळी तो दिवस कसा गेला याची

माहिती द्यायचा. त्यांच्या तेथील वास्तव्याच्या तिसऱ्याच दिवशी तो होजेंना म्हणाला,

"काल आम्ही लुईस आजोबांच्या समाधीला भेट देऊन आलो. तिथे गेल्यावर काकांना खूपच गहिवरून आलं.''

"ते अगदी साहजिकच आहे, अगदी तरुण वयात वडिलांची निर्घृणपणे हत्या झालेली. काका त्यावेळी काहीही न कळण्याच्या वयाचे, वडिलांच्या प्रतिमेचा व व्यक्तिमत्त्वाचा ठसा आपल्या मनावर उमटायच्या आधीच ते निवर्तले. किती दैवदुर्विलास हा!'' होजे सहानुभूतीपूर्वक उद्गारले.

"आज सकाळी काकांच्या जन्मस्थळाला भेट दिली. त्यांचा जन्म एका लहानशा प्रसूतीगृहात झालेला, त्याचा पत्ता काकांच्या जन्मदाखल्यावर मिळाला. अर्थात ते प्रसूतीगृह आज अस्तित्वात असणे जवळजवळ अशक्य अशी आमची खात्री होती. पण आश्चर्य म्हणजे त्याच जागेवर एका आधुनिक इमारतीत आज थेल्मा आल्मेडा फॉन्टेस हॉस्पिटल आहे. आम्ही तिथे चौकशी केल्यावर कळले की, ज्या महिला डॉक्टरनी काकांच्या आईची प्रसूती केली त्यांची नात ते हॉस्पिटल चालवते. तिचे नाव डॉक्टर अमेलिया. ती सर्जन आहे. तिचे वडीलही सर्जन होते. त्यांच्या घराण्यात वैद्यकीय व्यवसायाची परंपराच आहे. तिने आपल्या आजीचे नाव त्या हॉस्पिटलला दिले आहे. आम्ही तिची भेट घ्यायचे ठरवले. तशी ती खूपच कामात होती. आम्ही कोण व कशासाठी रिओला आलो आहोत, हे सांगितल्यावर तिला खूप आश्चर्य वाटले. आपल्या आजीच्या आठवणीने तीही भूतकाळात गेली. आजी १९४१ मध्ये वारल्या, तर वडील दहा वर्षांपूर्वी. आई तिच्या जवळच असते म्हणे.''

"काकांना तेथे गेल्यावर समाधान वाटले असेल?''

"अर्थातच. डॉक्टर अमेलियाने एक जुना अल्बम दाखवला, त्यात तिच्या आजीचे व पूर्वीच्या प्रसूतीगृहाचे फोटो पहायला मिळाले.'' रिकार्डो म्हणाला.

"चला, हे छान झालं! आता पुढे काय कार्यक्रम आहे?''

"तसं पाहिलं तर या दोन भेटी महत्त्वाच्या होत्या. त्या आधी उरकून घेतल्या. काका म्हणतात, 'आता एवढ्या दूर आलो आहोत

तर येथील काही प्रेक्षणीय स्थळांना भेटी देऊ.' अर्थात काकांच्या नाजूक प्रकृतीमुळे फक्त काही ठराविक ठिकाणीच त्यांना घेऊन जाऊ. पण रिओ सोडण्यापूर्वी पुन्हा एकदा लुईस आजोबांच्या समाधीचं दर्शन घ्यायची त्यांची इच्छा आहे.''

''त्यांना तसं वाटणं सहाजिकच आहे. तुम्ही जरा संभाळूनच फिरत जा. काकांना दगदग होणार नाही, याची तुम्ही सर्वजण काटेकोरपणे काळजी घेत आहातच. बरं, जेवणाची व्यवस्था ठीक आहे ना? मी मुख्य आचाऱ्याला सर्व सूचना देऊन ठेवल्या आहेतच. लिओनार्दोंनी त्याला काकांचा दोन आठवड्यांचा मेनू दिला आहेच. तसेच पथ्य-पाण्याच्या सूचनाही दिल्या आहेत. त्यात काही कसूर पडल्यास माझ्या निदर्शनास आणाव्यात, संकोच बाळगू नका!'' होजे म्हणाले.

''मुळीच नाही, तुम्ही सर्व व्यवस्था अगदी चोख ठेवली आहे. काका व लिओनार्दो जेवण त्यांच्या सदनिकेतच मागवून घेतात. मी व जस्टिनो कधी तेथे तर कधी बाहेर जेवण घेतो.''

''तुम्हालाही थोडा बदल हवाच ना! तसं पाहिलं तर रिओमध्ये हल्ली रेस्टॉरंट्स् व बारची रेलचेल झाली आहे. जगाच्या वेगवेगळ्या भागातून प्रवासी येत असतात.'' ''संध्याकाळी कधी कधी जस्टिनो, कोपाकबाना किंवा ईपानेमा बीचवर चक्कर टाकून येतो.'' रिकार्दो म्हणाला.

''तुमच्या वयाकडे पाहता ते साहजिकच आहे.'' हसत हसत होजे म्हणाले. त्या समुद्रकिनाऱ्यावर भटकणाऱ्या व पहुडणाऱ्या तोकड्या कपड्यातील सौंदर्यवतींनी त्याला भुरळ पाडली नसती तरच नवल असा त्यांनी विचार केला.

''हो, खरंय ते. बरं, उद्या आम्ही काकांना 'शुगर लोफ' या सुळक्यावर घेऊन जावं असा विचार करतोय.'' रिकार्दो म्हणाला.

''नक्कीच घेऊन जा. वरून रिओचं जे मोहक रूप दिसतं, त्याला तोड नाही. शक्यतो संध्याकाळी जा. तेथून सूर्यास्ताच्या सुमारास आकाशाचे, डोंगराचे व समुद्राचे झरझर बदलणारे रंग पाहायला मिळणं म्हणजे एक मोठं भाग्य आहे!''

होजेंच्या सूचनेनुसार ते सर्वजण दुसऱ्या दिवशी संध्याकाळी

'शुगर लोफ' पाहायला गेले. त्याला पोर्तुगीजमध्ये 'पावो-द-असुकार', म्हणजे साखरेचा फ्रेंचपाव असे म्हणतात. तेराशे फूट उंचीचा हा निमुळता सुळका वैशिष्ट्यपूर्ण होता. त्याच्या पायथ्यापासून टोकावर जायला केबलकार होती. ते चौघे त्याने सुळक्याच्या टोकावर पोहोचले. सूर्यास्ताची वेळ जवळ येत होती. आकाशाचे रंग भरभर बदलत होते. त्याच वेळी समुद्राच्या लाटांच्या छटाही बदलत होत्या. हिरवे डोंगर गडद निळे-जांभळे दिसू लागले. सुळक्याच्या पश्चिमेला असलेल्या डोंगरामध्ये सूर्य मावळू लागला. त्या मंत्रमुग्ध वातावरणात एखाद्या पेयाचा आस्वाद चाखायला मिळायची सोय तेथील एका छोट्या रेस्टॉरंटमध्ये होती. काकांनी रिकार्डोला त्यांच्यासाठी कैपिरिन्या घेऊन यायला सांगितले. रिकार्डोने लिओनार्दोला विचारले,

"तुमच्यासाठी काय आणू दादा?"

"मला शहाळं चालेल", लिओनार्दो म्हणाले.

जस्टिनो व रिकार्डो रेस्टॉरंटकडे गेले. रिकार्डोने स्वत:साठी कोकाकोला तर जस्टिनोने स्कोल बिअरचा कॅन घेतला. ते सर्वजण आपापल्या पेयांचा आस्वाद घेत त्या मोहक वातावरणाची जादू न्याहळत होते. काका तसे मद्यपान क्वचितच करत. डॉक्टरांनी त्यांना अधून-मधून स्कॉचचा एखादा पेग घ्यायची मुभा दिली होती. आज त्यांना कैपिरिन्या हे ब्राझिलचे खास पेय घ्यावेसे वाटले. ऊसापासून बनवलेल्या 'कशासा' नावाच्या मद्यार्कात थोडी साखर, लिंबाचा रस व किसलेला बर्फ घातला की झाले कैपिरिन्या! त्याच्यातला मद्यार्क एकदम नशा आणतो म्हणून ते पेय अतिशय हळूहळू प्यावे लागते. काकांना त्याची चव आवडली.

थोड्या वेळाने अंधार पडू लागला तसे रिओच्या विविध भागातले दिवे लुकलुकू लागले. तेथून फक्त कोपाकबाना समुद्र किनारा दिसायचा. ईपानेमा उंच इमारती पलीकडे दडला होता. कोपाकबानाच्या जवळून जाणाऱ्या व किनाऱ्यासारख्याच अर्धगोलाकार अटलांटिको ॲव्हेन्यूवरून चाललेली वाहतूकही सुंदर दिसत होती. जवळ जवळ एक तासामध्ये दिवसाची समाप्ती व रात्रीची सुरुवात यांची विविध रूपं त्यांना त्या उंच ठिकाणावरून पहायला मिळाली. तेथून नैऋत्येला उदिसणाऱ्या कॉर्कोव्हादो डोंगरावरील जीझस ख्राईस्टच्या भव्य पुतळ्यावर प्रकाशझोत

टाकले होते. त्याकडे पाहत काका म्हणाले.

"रिकार्डो, उद्या सकाळी कॉर्कोव्हादोला जाऊया!"

"ठीक आहे काका, सकाळी नाश्त्यानंतर लगेचच निघू. उन्हाचा कडाका वाढण्यापूर्वीच दर्शन घेऊन येऊ." रिकार्डो म्हणाला.

ठरल्याप्रमाणे दुसऱ्या दिवशी सकाळी दहाच्या सुमारास ते सर्वजण बाहेर पडले. जस्टिनोने रिओत आल्या आल्या शहराचा एक मोठा नकाशा घेऊन त्याचा बारकाईने अभ्यास केला होता. तो कोठेही रस्ता न चुकता सफाईदारपणे व्हॅन चालवायचा. कॉर्कोव्हादो डोंगरावरील जीझसच्या पुतळ्यापर्यंत गाडी जाऊ शकत नाही. डोंगराच्या पायथ्याजवळून एक छोटी रेल्वे प्रवाशांना तेथून पुतळ्यापर्यंत घेऊन जायची. डोंगरावरील घाटातून गोलाकार वळणे घेऊन जाणाऱ्या त्या छोट्या रेल्वेतून प्रवास करणे हाही एक मजेदार अनुभव होता.

जस्टिनोने व्हॅन स्टेशनजवळील गाड्यांसाठी राखून ठेवलेल्या मोकळ्या जागेत लावली. त्यापूर्वी काका, लिओनार्दो व रिकार्डो स्टेशनच्या दारात उतरले. आज काकांनी व्हीलचेअर नको म्हणून सांगितले. त्यांनी फक्त एक काठी आधारासाठी धरलेली, त्यांचा दुसरा हात लिओनार्दोने धरलेला. ते सर्व रेल्वेने अर्ध्या तासात जीझसच्या पुतळ्याजवळ पोहोचले. तेथूनही रिओ शहराचे रूप नयनमनोहर दिसत होते.

"काका, एकाच शहरावर निसर्गाचा एवढा वरदहस्त असल्याचे मला अन्यत्र कुठेही आढळले नाही!" रिकार्डो म्हणाला.

"खरं आहे ते रिकार्डो, तुला ठाऊक आहे, या रिओचे लोक म्हणतात की, देवाने संपूर्ण विश्व सहा दिवसात निर्माण केलं आणि सातवा दिवस त्याने रिओ बनविण्यासाठी वापरला!" काका म्हणाले.

"त्यांच्या म्हणण्यात नक्कीच तथ्य असले पाहिजे." रिकार्डो हसत म्हणाला. थोड्या वेळाने काका जीझसच्या पुतळ्याला वंदन करून मनातल्या मनात काही प्रार्थना करीत स्तब्ध झाले. पाच-दहा मिनिटांनी ते उठत म्हणाले,

"मुलांनो, चला निघूया आता."

ते सर्वजण रेल्वेने पुन्हा डोंगराच्या पायथ्याकडे जात असताना जस्टिनो रिकार्डोला म्हणाला,

''रिकार्डो, येथे गाडीने यायला रस्ता का बरं केला नसावा?''

''अरे गाड्या आल्या की धूर आला, प्रदूषण आले, गर्दी, आवाजही वाढले असते. मग इथले सुंदर नैसर्गिक वातावरण दूषित झाले असते, येथे वरपर्यंत गाड्या येऊ देत नाहीत हेच चांगलं.''

''पण या वळणावळणाच्या रस्त्यावरून गाडी चालवायला काय मजा आली असती.'' जस्टिनो म्हणाला.

''अरे, त्यासाठी इतर घाट आहेतच की.''

जस्टिनोच्या पोरकटपणावर नाखुषी दर्शवित रिकार्डो म्हणाला.

त्या दिवशी दुपारी आराम केल्यावर चार वाजता ते सर्वजण इग्रेजा-द-नोस्सा कांडालारिया हे प्रसिद्ध चर्च पाहायला गेले. त्या दिवशी संध्याकाळी नेहमीप्रमाणे होजेंशी गप्पा मारताना रिकार्डो म्हणाला, ''आज आम्ही कांडालारिया चर्च पाहिले. तेथून पोर्तुगालच्या उप-वकिलातीतही थोडा वेळ जाऊन आलो. तेथील साहाय्यक कॉन्सुल जनरल आम्हाला जेवणाचं निमंत्रण देत होते, पण काकांचं पथ्य- पाणी व त्यांची प्रकृती यामुळे आम्ही ते स्वीकारलं नाही. तेथील एक अधिकारी आम्हाला नॅशनल म्युझियम पाहायला जा म्हणाला. तेथे पोर्तुगाल-ब्राझिल यांच्या संबंधाविषयी एक खास दालन आहे म्हणे.''

''तुम्ही नक्कीच ते पाहायला जा, पूर्वीचे काही दुर्मिळ फोटोही तुम्हाला तेथे पाहायला मिळतील. कदाचित लुईस आजोबांचा एखादा फोटो तेथे असण्याची शक्यता आहे, पण उद्या मंगळवार ना? उद्या म्युझियमची साप्ताहिक सुटी असते. असं करा, परवादिवशी तुम्ही म्युझियमला जा. उद्यासाठी काही ठरवलं आहे?'' होजेंनी विचारले.

''काका म्हणत होते जॉर्डिन बोटॅनिको पाहायला जाऊया. खूप जुनी आहे म्हणे ती.''

''हो, ती बॉटनिकल गार्डन खूपच आकर्षक आहे. १८०८ साली त्यावेळचे राजपुत्र डॉम जोआओ यांच्या आदेशानुसार त्या जागेवर कित्येक रोपट्यांची लागवड करण्यात आली. आज तेथे सहा हजार प्रकारचे वृक्ष व वनस्पती पाहायला मिळतात. त्यातल्या व्हिटोरिया रेगिया वॉटर लिली पाहायला लोकांची गर्दी उसळते. जर तुम्ही तेथे शनिवारी किंवा रविवारी गेलात तर लोकांची जत्रा

फुललेली दिसेल. संगीत, नाच, गाणी यात रममाण होऊन लोक आठवड्याचा शीण घालवतात.''

''हो, आम्ही तिकडे उद्याच जातो. मंगळवार असल्याने गर्दी असणार नाही.'' रिकार्डो म्हणाला.

त्याने होजेंचा निरोप घेतला.

तो मेंडोझा कुटुंबियांचा रिओ येथील वास्तव्याचा आठवा दिवस होता. त्या संध्याकाळी होजेंशी बोलताना रिकार्डो म्हणाला,

''उद्या काकांना कॉर्कोव्हादो डोंगरावरून सूर्योदय पाहायचा आहे. आता फारसं फिरायची त्यांची इच्छा नाही. तसेच उद्या त्यांचे येथे एक परिचित आहेत त्यांनाही भेटायचं आहे.''

''असं, छान! तेथून सूर्योदय सुरेख दिसतो. पण सकाळी सहा-सव्वा सहाला बाहेर पडावं लागेल. काकांचे परिचित येथे कोण आहेत बरं?'' होजेंनी कुतूहलाने विचारले.

''हॉलंडला डेअरी व्यवसायात खूप नाव कमावलेले ते गृहस्थ सध्या रिओत राहतात. त्यांचे नाव मिस्टर माल्कम व्हॅन बोव्हेन. त्यांच्या व काकांच्या भेटी युरोपियन चेंबर ऑफ कॉमर्सच्या बैठकांवेळी नेहमी व्हायच्या. त्या गृहस्थांनी आपला भरभराटीला आलेला व्यवसाय अचानक बंद करून रिओत स्थायिक व्हायचं ठरवलं!'' रिकार्डोने खुलासा केला.

''अस्सं? बरं, तुम्ही सूर्योदय पाहून झाल्यावर नाश्त्यासाठी हॉटेलवर परत येणार ना?

''नाही, आम्ही सर्वजण उद्या नाश्त्यासाठी झोनासुल येथील मारियस या रेस्टॉरंटमध्ये ब्राझिलियन मोकेका खायला जायचा बेत केला आहे. आमच्या विनंतीखातर काकांनीही यायचं कबूल केलं आहे!''

''अरे वा, तुम्हालाही मोकेकाची माहिती आहे तर. मारियसमध्ये ब्राझिलचा सर्वोत्कृष्ट मोकेका मिळतो असं मी ऐकलं आहे, तुम्हालाही थोडा बदल हवा!''

मोकेका हा मासा, कांदा, लसूण, टोमॅटो, भोंगी मिरची व ताज्या नारळाचे दूध वापरून केलेला पदार्थ म्हणजे ब्राझिलची

खासियत! ब्राझिलला जाऊन मोकेका न खायचा म्हणजे स्कॉटलंडला जाऊन स्कॉच न पिण्यासारखे.

दुसऱ्या दिवशी ठरल्याप्रमाणे ते सर्वजण सकाळी सहाला बाहेर पडले. होजे सकाळी आठ वाजता कार्यालयात येत. तळमजल्यावरचे त्यांचे कार्यालय आटोपशीर होते. त्यांच्या खुर्चीसमोर एक मोठी खिडकी, त्या खिडकीतून हॉटेलचे प्रवेशद्वार दिसायचे. हॉटेलच्या आवारात येणारी-जाणारी वहाने त्यांना दिसायची. साधारण सव्वानऊ-साडेनऊच्या सुमारास मेंडोझांची व्हॅन वेगाने हॉटेलच्या आवारात शिरली. करकचून ब्रेक लावल्याचाही आवाज आला. त्यातून फक्त रिकार्डो व जस्टिनो घाई-घाईने उतरले. व्हॅनमध्ये दुसरे कुणीही नव्हते. त्यांच्या चेहऱ्याकडे पाहिल्यावर होजेंच्या चटकन लक्षात आले की, काहीतरी गडबड आहे. ते लगबगीने आपल्या कार्यालयातून त्या दोघांकडे जायला निघाले. तेवढ्यात रिकार्डो व जस्टिनो त्यांच्या कार्यालयात पोहोचले.

"होजे, एक चिंताजनक बातमी आहे. काही वेळापूर्वी काकांच्या पोटात वेदना होऊ लागल्या, आम्ही तातडीने त्यांना डॉ. अमेलियांच्या दवाखान्यात घेऊन गेलो. त्यांनी तपासून पाहिले, त्या म्हणाल्या की, मोठ्या आतड्यात रक्तस्राव होतो आहे, तातडीने शस्त्रक्रिया करायला हवी. अशी शस्त्रक्रिया करण्यामध्ये न्यूयॉर्कच्या हॉस्पिटलमधील एका शल्य विशारदांचा हातखंडा आहे. काकांना आता वेदनाशामक व झोपेचे इंजेक्शन दिले आहे. प्रोस्टेटच्या कर्करोगाची लागण मोठ्या आतड्याला झाली आहे, असे डॉक्टर म्हणाल्या. काकांना तातडीने न्यूयॉर्कला हलविले पाहिजे. आम्हाला आता खास विमान ठरवावं लागेल." रिकार्डो चिंताग्रस्त चेहऱ्याने म्हणाला.

"अरे बापरे, आता तातडीने हालचाल करायला हवी. आपण लगेचच खाजगी विमाने भाड्याने देणाऱ्या कंपन्यांना फोन करू. सध्या काका कोठे आहेत?"

"काका डॉ. अमेलियांच्या दवाखान्यातच आहेत. त्यांना सध्या सलाईन दिलं जातंय. लिओनार्दो त्यांच्या जवळच आहे. विमानाचं नक्की झाल्यावर रुग्णवाहिकेने त्यांना थेट विमानतळावरच न्यायचं. आपण आधी विमानाचं पाहू", रिकार्डो म्हणाला.

होजेंनी पेरेझ-द-मोता एव्हिएशन या कंपनीला फोन केला. त्या कंपनीची चार छोटी विमाने होती, पण त्यादिवशी त्यापैकी एकही उपलब्ध नव्हते. रिओमध्ये खाजगी विमाने पुरवणारी दुसरी आणखी एकच कंपनी होती, ग्विमाराएस एव्हिएशन. होजेंनी त्या कंपनीला फोन केला. काही वेळ संभाषण झाल्यावर त्यांच्या चेहऱ्यावर समाधानाची छटा पसरलेली पाहून रिकार्डोला हायसे वाटले.

''रिकार्डो, अगदी नशिबामुळे विमान मिळालं. त्यांची तीन विमाने आहेत, पण आज त्यापैकी एकही मोकळं नव्हतं. थोड्याच वेळापूर्वी एका कंपनीने त्यांना फोनवरून सांगितलं की, त्यांच्या कंपनीची साओ पावलो येथील बैठक पुढे ढकलली गेली म्हणजे आज त्यांनी आरक्षित केलेलं विमान लागणार नाही, ते मी आम्हाला हवं असं सांगितलं. दीड तासात विमान उड्डाणासाठी तयार राहील. दरम्यान तातडीने नागरी विमान वाहतूक मंत्रालयाची परवानगीही घेतली जाईल. संपूर्ण खर्च चाळीस हजार अमेरिकन डॉलर्स होईल. अमेरिकेचे व्हिसा इकडे येण्यापूर्वी घेतलेच असतील?''

''हो, तसं आम्ही काकांना अमेरिकेला घेऊन जायचं व एका तज्ज्ञ डॉक्टरांना दाखवायचं ठरवलं होतंच. बरं, पैशाचा प्रश्न नाही. सध्या माझ्या जवळ सत्तर हजार डॉलर्सचे प्रवासी चेक आहेत, पण आता बँकेत जाऊन ते वटवायचे म्हणजे वेळ...''
''त्याची तुम्ही काळजी करू नका, मी नंतर चेक वटवून घेतो. दरम्यान विमान कंपनीला हॉटेलच्या वतीने मी हमी देतो. या परिस्थितीत आपण आता काकांना तातडीनं न्यूयॉर्कला कसं न्यायचं यावर लक्ष केंद्रित केलं पाहिजे.'' होजे परिस्थितीचे गांभीर्य लक्षात घेऊन म्हणाले.

''खरंच तुमचे आभार कसे मानायचे कळत नाही. या हतबल परिस्थितीत आज तुमच्यासारखा तत्पर व कर्तबगार सद्‌गृहस्थ आमच्या मदतीला नसता तर आमचे खूपच हाल झाले असते.'' रिकार्डो डोळ्यात पाणी आणून म्हणाला.

जेव्हा ते दोघे विमानाच्या जोडणीला लागले, तेव्हा जस्टिनोने हॉटेलच्या तीन कर्मचाऱ्यांच्या मदतीने सर्वांचे सामान बॅगांमध्ये भरून ठेवले. रिकार्डोने डॉ. अमेलियांना फोन करून विमान मिळाल्याचे

कळवले. साडे अकरा वाजता काकांना विमानतळावर आणण्याचे ठरले. होजेंनी हॉटेलच्या ड्रायव्हरला सोबत घेतले. ते, जस्टिनो व रिकार्डो पावणेअकराला विमानतळाकडे जायला निघाले.

"डॉ. अमेलिया म्हणाल्या की, त्यांचा एक साहाय्यक डॉक्टर सोबत घेऊन जा. प्रवासात काही तातडीची गरज भासली तर त्याचा उपयोग होईल." रिकार्डो म्हणाला, "हे मात्र तुम्ही चांगलं केलं. एकदाचे काका न्यूयॉर्कच्या हॉस्पिटलमध्ये सुखरूप पोहोचले की, आपणा सर्वांचा जीव भांड्यात पडेल." होजे म्हणाले.

साडे अकराच्या थोडा वेळ आधीच ते विमानतळावर पोहोचले. खाजगी विमानांसाठी वेगळा टर्मिनल होता. बरोबर साडे अकराला काकांना घेऊन येणारी रुग्णवाहिका सायरन वाजवत तेथे येऊन पोहोचली. मागे बसलेल्या कर्मचाऱ्यांनी स्ट्रेचरची ट्रॉली बाहेर काढली. त्यानंतर लिओनार्दोही उतरले. होजे पुढे सरसावले. काकांच्या चेहऱ्यावर प्राणवायूचा मास्क लावला होता. त्यांना बहुतेक झोपेचे इंजेक्शन दिले असावे. ड्रायव्हरच्या शेजारच्या सीटवरून पांढरा कोट घातलेले एक तरुण डॉक्टरही उतरले. होजेंनी काकांच्या चेहऱ्याकडे पाहिले. त्यांचे केस थोडे अस्ताव्यस्त झाले होते. चष्मा काढून ठेवला होता. गळ्यापर्यंत हिरवी चादर होती. उजव्या हाताला सलाईनची सुई खुपसून तिच्यावर चिकटपट्टी लावलेली. ट्रॉलीला जोडलेल्या एका उंच स्टँडवर सलाईनची बाटली अडकवलेली. त्या डॉक्टरनी सलाईनचा योग्य पुरवठा होतो आहे की नाही याची खात्री केली. प्राणवायू पुरवणाऱ्या मीटरकडे त्यांनी पाहून घेतले. होजे लिओनार्दोचा हात हातात घेऊन म्हणाले,

"सगळं काही ठीक होईल, तुम्ही काळजी करू नका." आधीच अबोल व गंभीर असलेला लिओनार्दो अधिकच गंभीर झाला होता. तो होजेंना म्हणाला,

"तुमच्या सर्व मदतीबद्दल आम्ही खूप आभारी आहोत."

"ते तुम्ही काही बोलू नका, न्यूयॉर्कहून काकांच्या प्रकृती विषयी कळवा." होजे म्हणाले.

होजेंनी विमानतळावरील इमिग्रेशन अधिकाऱ्याला भेटून परिस्थितीची कल्पना दिली. तो अधिकारीही तत्पर होता. त्याने सर्वांच्या पासपोर्टवर

शिक्के मारून प्रवासाचा मार्ग मोकळा केला. त्याने होजेंना विमानापर्यंत सर्वांना निरोप द्यायला जायची परवानगी दिली. फाल्कन ५० ईक्स या जातीचे छोटे जेट टर्मिनलच्या जवळ आणले होते. दोन वैमानिक उड्डाणाची पूर्वतयारी करण्यात मग्न होते. विमानतळ कर्मचाऱ्यांच्या मदतीने सर्व सामान विमानात चढवण्यात आले. काकांचे स्ट्रेचर अतिशय काळजीपूर्वक विमानात घेतले. विमानात चढण्यापूर्वी त्या तिघांनी होजेंशी हस्तांदोलन केले. रिकार्डो सद्गदित होऊन म्हणाला,

"तुम्ही इतक्या जिव्हाळ्याने आमची देखभाल व अडचणीच्या वेळी मदत केलीत की आभार मानायला शब्द नाहीत.''

"अहो, मी अगदी तुमच्या भावासारखाच आहे. तुम्ही आभार मानायचे नावच काढू नका.'' होजे म्हणाले.

"बरं, पैसे जमा झाल्यानंतर सगळी बिलं भागवून टाका व उरलेले पैसे सवडीने चेकने परत पाठवा.''

"त्याची तुम्ही काही काळजी करू नका, मी सगळं काही पाहून घेईन.''

"सगळं काही ठीक झाल्यावर आमच्याकडे ओपोर्टोला एक आठ-दहा दिवस राहायला या. मी तुमचे विमानाचे तिकीट पाठवून देईन.'' रिकार्डो त्यांच्या उपकाराच्या ओझ्यातून उतरते व्हावे या उद्देशाने म्हणाला.

"नक्कीच येईन. चला, गुड बाय. न्यूयॉर्कवरून फोन करा. मी वाट पाहतो.''

"गुड बाय!''

रिकार्डो विमानात चढला. विमानातील मदतनिसाने दार लावून घेतले. काकांच्या स्ट्रेचरला पट्ट्याने बांधले होते. त्यांच्या पोटाला व पायालाही स्ट्रेचरला बांधले होते. वैमानिकाने तातडीच्या वैद्यकीय कारणास्तव अग्रक्रमाने उड्डाण करण्याची दूरसंचार केंद्राची परवानगी आधीच घेऊन ठेवली होती. सर्व प्रवासी विमानांची उड्डाणे तात्पुरती स्थगित करून 'फाल्कन' विमानाला उड्डाणाचा हिरवा कंदील दूरसंचार केंद्राने दाखविला. विमान धावपट्टीच्या एका टोकाला पोहोचले, थोड्याच वेळात ते धावपट्टीवरून धावू लागले. ठरावीक गती आल्यानंतर त्याने हवेत अलगद झेप घेतली. आकाशात हळूहळू लहान होत

चाललेल्या विमानाच्या ठिपक्याकडे पाहत होजे आपल्या गाडीकडे जायला निघाले.

त्या विमानातून स्ट्रेचरवरून तातडीने न्यूयॉर्कला नेल्या जाणाऱ्या काकांची प्रकृती ठणठणीत होती व त्यांना 'प्रोस्टेटचा कर्करोग' तर मुळीच झाला नव्हता व त्या चौघांपैकी एकाचाही पोर्तुगालच्या सुप्रसिद्ध 'मेंडोझा पोर्ट' वाईन कंपनीशी काडीमात्र संबंध नव्हता याची त्यावेळी होजेंना यत्किंचितही शंका यायचे कारण नव्हते!

दोन

रिओ-द-जनेरो, नोव्हेंबर १९७७

रिओ शहराची वाढ झपाट्याने झालेली. जशा उत्तुंग इमारती उभ्या राहिल्या तशा झोपडपट्ट्या देखील. शहराच्या पश्चिमेला ऑग्वा सॉन्ता हे एक टुमदार उपनगर. तेथे राहणारे बहुतेक उच्च मध्यमवर्गीय लोक रिओ शहरात कामासाठी, व्यवसायासाठी जायचे. मध्यवर्ती रिओपासून तो भाग जवळजवळ पंधरा किलोमीटर दूर होता. बहुतेक रहिवासी उंच इमारतीतील फ्लॅट्स्‌मध्ये राहायचे. स्वतंत्र बंगले तेथे जवळजवळ नसल्यातच जमा. तेथे राहणाऱ्यांच्या दैनंदिन गरजांसाठी दुकाने, बँका, दवाखाने, शाळा अशा सोयीही होत्या. तेथील कास्कादुरा रोडवरील 'मारिस्को अपार्टमेंटस्‌' या चाळीस मजली इमारतीत पंधराव्या मजल्यावर मिस्टर माल्कम व्हॅन बोव्हेन यांचा फ्लॅट होता. मि. बोव्हेन तेथे एकटेच राहायचे. सत्तरी उलटलेल्या त्या गृहस्थांच्या घराची देखभाल करण्यासाठी व त्यांचे जेवण करण्यासाठी गेली दीड वर्षे मारिया-तेरेसा फिल्हो ही पन्नाशीची बाई कामाला होती. ती सकाळी साडेसातला त्यांच्याकडे गेली की, धुणी-भांडी, घराची झाडलोट व स्वयंपाक अशी सर्व कामे उरकून दुपारी दोनच्या सुमारास तेथून निघायची. तिला दरमहा चारशे क्रुझेरो इतका पगार होता. ती साओ क्रिस्तोव्हाओ या उपनगरात राहायची. तिच्या कामाच्या ठिकाणापासून बसने घरी पोहोचायला अर्धातास लागायचा. तिचा एक छोटासा फ्लॅट होता. सत्तावीस वर्षांचा मुलगा पेद्रो एका खाजगी कंपनीत ड्रायव्हर होता, तर त्याच्या पाठीवरची तेवीस वर्षांची मुलगी नओमी कॉलेजच्या तिसऱ्या वर्षाला होती. नवरा आल्बर्टो सहा वर्षांपूर्वी यकृताच्या विकाराने वारला होता. तो एका कारखान्यात कामगार होता. दारू

खूप प्यायचा. शेवटी सिरॉसीस झाला. त्याच्या पश्चात मुलांना सांभाळायची जबाबदारी एकट्या मारियावर पडली. आर्थिक परिस्थिती बेताचीच होती. आल्बर्टोच्या विम्याचे जे पैसे आले, त्यात मारियाने एका साध्या वस्तीत दोन बेडरूमचा फ्लॅट घेतलेला. तेवढीच एक जमेची बाजू. पेद्रो तसा समजदार होता, पण शिक्षणाकडे ओढा नव्हता. शेवटी गाडी चालवायला शिकून ड्रायव्हरची नोकरी त्याने मिळवली. आल्बर्टच्या मृत्यूनंतर मारियाने एका नोकरी मिळवून देणाऱ्या एजन्सीत 'हाऊस कीपर' या जागेसाठी नाव नोंदवले. तीही फारशी शिकलेली नव्हती. दोन महिने वाट पाहिल्यानंतर तिला नोकरी मिळाली. एका बहुराष्ट्रीय कंपनीच्या अमेरिकन संचालकाच्या घरी ती कामाला लागली. तीन वर्षांनंतर त्या संचालकाची अमेरिकेला बदली झाली. काही दिवस पुन्हा बेकारी आली. दीड वर्षापूर्वी तिच्या एजन्सीने तिला विचारले की, मूळच्या हॉलंडच्या एका सत्तरीच्या गृहस्थाकडे काम करशील का? तिला नोकरीची गरज होतीच. ती काम करायला कबूल झाली. तसा तिला कामाचा त्रास नव्हताच. एकटा सडाफटिंग गृहस्थ. त्याचा दिनक्रम व राहणी-करणी अतिशय शिस्तबद्ध.

मि. बोव्हेन सकाळी सहाच्या ठोक्याला उठत. स्वत: चहा करून घेत. रेडिओवर सकाळच्या बातम्या थोडावेळ ऐकून सव्वासात वाजता ते फिरायला जात व आठ वाजता घरी परतत. दरम्यान साडेसातला मारिया आलेली असायची. तिला मि. बोव्हेननी घराची किल्ली देऊन ठेवलेली होती. सर्वांत प्रथम ती त्यांचा नाश्ता तयार ठेवायची. नाश्ताही अगदी साधाच असायचा. कॉफी, दोन टोस्ट, एक उकडलेले अंडे, व एक फळ. कधीतरी बदल म्हणून अंड्याऐवजी एखादे सॉसेज किंवा हॅम असायचे. त्यांचा नाश्ता तयार ठेवून ती इतर कामाला लागायची. अकराच्या सुमारास ती जेवण बनवायला घ्यायची. ती संध्याकाळचे जेवणही, करून फ्रीजमध्ये ठेवून घ्यायची. मि. बोव्हेननी मारियाला जेवणासंबंधी सर्व सूचना देऊन ठेवल्या होत्या. आठवड्याच्या कोणत्यावारी कोणता मेनू हवा हे सगळे त्यांनी लिहून ठेवलेले होते. स्वयंपाक घरात लागणाऱ्या वस्तू बाजारातून आणण्याचे कामही मारियाचेच असायचे. कधीतरी बदल म्हणून ते मारियाला ब्राझिलियन पदार्थ करायला सांगायचे. ते प्रत्येक मंगळवारी व शुक्रवारी दुपारच्या

जेवणापूर्वी दीड पेग जीन लेमोनेडबरोबर घ्यायचे; पण रोज संध्याकाळी त्यांना दोन पेग स्कॉच लागायची. या त्यांच्या सवयीत कित्येक वर्षे बदल झाला नव्हता, असे त्यांनी मारियाला एकदा बोलता बोलता सांगितले होते.

तिथे काही दिवस काम केल्यावर मारियाला प्रश्न पडला की, हा एकटा, बऱ्यापैकी श्रीमंत युरोपियन गृहस्थ आहे तरी कोण? घरी कोणाचे जाणे-येणेही नव्हते. मिस्टर बोव्हेन यांनीच एके शुक्रवारी दुपारी जीन घेता-घेता मारियाजवळ हा विषय काढला.

"तुला वाटत असेल की, हा एकटा चमत्कारिक गृहस्थ आहे तरी कोण, होय ना?"

"छे, छे, तसं काही नाही! माझं आपलं काम व्यवस्थित झालं की, मला इतर कशात रस नाही." मारिया तसे म्हणाली खरी पण तिला कुतूहल होतेच.

"तसं तुला सांगायला काही हरकत नाही म्हणा!" मि. बोव्हेन स्वत:हून म्हणाले आणि जीनचा आस्वाद घेता-घेता त्यांनी आपल्या आयुष्याची शोकांतिका मारियाला सांगायचे ठरवले. त्यांना कुठून सुरू करावे हे कळेना. जवळजवळ वीस वर्षांपूर्वी जेव्हा त्यांनी ब्राझिलच्या परराष्ट्र मंत्रालयात निवासी व्हिसा व नागरिकत्वाचा अर्ज केला होता तेव्हा त्यांना त्यांच्या पार्श्वभूमीबाबत एक निवेदन अर्जासोबत जोडायला सांगण्यात आले होते. त्याची त्यांना आठवण झाली. त्या निवेदनात त्यांनी सविस्तरपणे आपली पार्श्वभूमी कथन केली होती.

माल्कम व्हेन बोव्हेन यांचा जन्म १९०८ सालचा. हॉलंडमधील ऑर्नबर्ग या छोट्या गावी एका शेतकरी कुटुंबात ते जन्मलेले. घरी शेतीतर होतीच पण एक बऱ्यापैकी मोठी डेअरीदेखील होती. त्यांचा कारभार माल्कमचे वडील लॉरेन्स एकटेच पाहत. माल्कमला फक्त एक थोरली बहीण होती. तो आपल्या गावातील शाळेतून शालान्त परीक्षा उत्कृष्ट मार्कांनी उत्तीर्ण झाला. त्याला लॉरेन्सनी कोणत्याही आवडीच्या विषयात पुढे शिक्षण चालू ठेवायला प्रोत्साहन दिले. लहानपणापासून शेती व डेअरीच्या वातावरणात वाढलेल्या माल्कमला त्याची खूप आवड निर्माण झाली होती. इतर कोणत्याही क्षेत्रात प्राविण्य मिळवण्यापेक्षा

शेती व डेअरी व्यवसायाचा शास्त्रशुद्ध अभ्यास करायचे त्याने ठरवले. शेतकी शास्त्राच्या पदवी अभ्यासक्रमासाठी त्याला हॉलंडमधील प्रसिद्ध युट्रेक्ट विद्यापीठात प्रवेश मिळाला. चार वर्षांच्या अभ्यासक्रमानंतर तो १९३२ साली शेतकी शास्त्राची पदवी परीक्षा प्रथम वर्गात उत्तीर्ण झाला. त्याला पदव्युत्तर अभ्यासक्रमासाठी सरकारकडून शिष्यवृत्ती मिळाली. दोन वर्षांचा डेअरी तंत्रज्ञानाचा अभ्यासक्रम त्याने रॉयल डच डेअरी संस्थान या विख्यात संस्थेतून विशेष प्राविण्यासह पुरा केला. हॉलंड हा देश डेअरी व्यवसायाच्या शास्त्रशुद्ध अभ्यासासाठी जगभर प्रसिद्ध होता. वेगवेगळ्या देशातून तेथे अभ्यासक्रमासाठी लोक जायचे. तो अभ्यासक्रम पुरा झाल्या झाल्या माल्कमला हॉलंडच्या काही व जर्मनी, फ्रान्स व बेल्जियम येथीलही काही नावाजलेल्या दुग्धव्यवसाय करणाऱ्या कंपन्यांकडून लठ्ठ पगाराच्या नोकऱ्यांचा प्रस्ताव आला; पण माल्कमने त्यापैकी एकही स्वीकारला नाही.

ऑर्नबर्गला परतल्यावर एके दिवशी रविवारी तो आई-वडिलांबरोबर चर्चला जाऊन आला. बहिणीचे चार वर्षांपूर्वी लग्न झाले होते. ती आपल्या नवऱ्याबरोबर रॉटरडॅमला राहायची. त्या दिवशी दुपारचे जेवण झाल्यावर ते तिघेही गप्पा मारत बसले होते.

"माल्कम, तू नोकरीचं काय ठरवलं आहेस?" लॉरेन्सनी त्यांच्या मनात कित्येक दिवस घोळत असलेला प्रश्न विचारला.

"पप्पा, मला नोकरी करायची नाही. मला येथेच ऑर्नबर्गमध्ये राहायचंय." माल्कमचे हे उत्तर ऐकून त्याच्या आई-वडिलांना आश्चर्याचा धक्काच बसला.

"अरे, वेड-बीड लागलंय की काय तुला? एवढ शिकून मोठा झालायस, एवढं यश मिळवलंस ते काय शेती करण्यासाठी? अरे, गावात लोक तुझ्याबद्दल किती कौतुकाने बोलतात! ते ऐकल्यावर आमचा ऊर अभिमानाने भरून येतो. लोक म्हणतात, 'मोठा अधिकारी होणार बुवा तुमचा मुलगा.' या खेड्यात राहून तुझ्या गुणांचं चीज होणार आहे?" लॉरेन्स आपली व्यथा व्यक्त करत म्हणाले.

"पप्पा, माझी एक महत्त्वाकांक्षा आहे. आपण आपली शेती हळूहळू कमी करून डेअरी वाढवूया. दुग्धजन्य पदार्थांना येत्या काही वर्षांत प्रचंड मागणी येणार आहे. केवळ दुधाचेच उत्पादन नाही तर

त्यापासून लोणी, चीज, दुधाची पावडर, दही असेही पदार्थ बनवू शकू. त्यासाठी आता अद्ययावत यंत्रसामुग्रीही उपलब्ध आहे. आपल्या शेतजमिनीचा एक अत्याधुनिक व सुसज्ज डेअरी प्रकल्प उभा करण्यासाठी आपण उपयोग करू शकू. आता तुम्हीही थकत चालला आहात. मला असं सुचवावंस वाटतं की, सगळी सूत्रं तुम्ही आता माझ्याकडे सोपवावीत. मला आत्मविश्वास आहे की, माझी ही योजना यशस्वी होईल.'' माल्कम ठामपणे म्हणाला.

"बघ बाबा, मला तर वाटतं की, सगळा उपद्व्याप करण्यापेक्षा एखादी बऱ्यापैकी नोकरी पाहा जवळपास. लग्न कर, स्वत:चा संसार उभा कर. आता आम्हाला या वयात नव्या कटकटी सहन करायची हिंमत नाही. दोन-चार नातवंडांना अंगा-खांद्यावर खेळवत आमचं राहिलेलं आयुष्य सुखात घालवू दे.'' आई रेबेका सचिंत मुद्रेने म्हणाली.

"थांब रेबेका, माल्कमचा प्रस्ताव अगदीच अव्यवहार्य वाटत नाही मला. त्याने या विषयाचा सखोल अभ्यास केला आहे. त्याला त्यातले बारकावे ठाऊक आहेत. त्याच्यामध्ये कौशल्य, आत्मविश्वास व धडाडीपण आहे. त्याला जर हे आव्हान स्वीकारायचं आहे, तर मी त्याच्या पाठीशी उभा आहे.'' लॉरेन्सचे हे म्हणणे ऐकून माल्कमचा जीव भांड्यात पडला.

माल्कमचा दूध प्रकल्प हळूहळू साकारू लागला. शेतीची अनावश्यक जमीन विकून त्याने यंत्रसामुग्रीसाठी पैसा उभा केला. पाहता पाहता एका छोट्या डेअरीचे रूपांतर एका भव्य दुग्ध प्रकल्पात झाले, तेही केवळ १०-१५ वर्षांत. दुसऱ्या महायुद्धाची झळ त्याच्या व्यवसायाला फारशी बसली नाही. युद्ध सुरू झाल्यानंतर दुग्धजन्य पदार्थांची मागणीही वाढली होती. बोव्हेन डेअरीची ख्याती केवळ हॉलंडमध्येच नव्हे तर संपूर्ण युरोपमध्ये पसरली होती. कोट्यवधी गिल्डर्सची त्याची उलाढाल होऊ लागली. युरोपच्या अन्य देशांतून तसेच जगाच्या इतर भागांतूनही त्याच्या उत्पादनाला मागणी वाढत होती.

माल्कमचा १९४० साली लॅडन या गावच्या सॅलीशी विवाह झाला. देखण्या व रूबाबदार माल्कमवर श्रीमंत घराण्यातल्या कित्येक तरुणींचा डोळा होता. पण एका साध्या घरातल्या सॅलीला माल्कमने

पसंत केले. तिचे वडील वास्तुशास्त्रज्ञ होते. १९४३ साली जेनेट जन्मली व १९४६ साली केव्हिन. माल्कमचे वडील १९५० साली तर आई १९५३ साली निवर्तल्या. पण त्यापूर्वी त्यांनी मुलाची कर्तबगारी व त्याने उभे केलेले वैभव डोळे भरून पाहिले होते.

"म्हणजे तुम्ही एकटेच त्या प्रचंड उद्योगाचे मालक होता?" मारियाने विश्वास न बसल्यामुळे विचारले.

"हो, तुला खरं वाटणार नाही!" मि. बोव्हेन म्हणाले.

"पण मग आज तुम्ही येथे ब्राझिलमध्ये कसे?" गोंधळलेल्या मारियाने प्रश्न केला.

"त्याचे कारण माझ्या आयुष्यात नंतर घडलेल्या एका शोकांतिकेत आहे. सांगतो थांब!" मि. बोव्हेननी ग्लासात जीन व लेमोनेड ओतले व पुढे सांगायला सुरुवात केली.

एके दिवशी माल्कम बोव्हेन आपल्या कार्यालयात असताना त्यांचा सर्वात विश्वासू, कार्यक्षम व कर्तव्यदक्ष व्यवस्थापकीय संचालक जोहान त्यांच्या कार्यालयात आला. साधारण पन्नाशीचा जोहान व्यवस्थापन क्षेत्रातला तज्ज्ञ होता. गेली दहा वर्षे तो 'बोव्हेन डेअरीज्'मध्ये काम करत होता. मि. बोव्हेन यांचा उजवा हात असे जोहानला इतर कर्मचारी म्हणायचे.

"सर, आपल्या उत्पादनांसाठी एखादं चांगलं नाव व ट्रेडमार्क पाहायला हवेत. लोकांच्या चटकन लक्षात येईल असं नाव ठेवलं तर उत्पादनाचा खप व्हायला मदत होईल. आपल्या मनामध्ये काही कल्पना आहेत?" जोहानने विचारले.

"सध्यातरी मला काही सुचत नाही." मि. बोव्हेन म्हणाले. इतक्यात जोहानचे लक्ष त्यांच्या टेबलावरील सॅली व जेनेटच्या फोटोकडे गेले. अलीकडेच स्वित्झर्लंड येथील मॅटरहॉर्न या प्रसिद्ध पर्वताचा परिसर पाहायला बोव्हेन कुटुंबीय आठ दिवसांच्या सुटीसाठी गेले होते. त्यावेळी एके दुपारी एका रम्य ठिकाणी ते सर्वजण पिकनिकसाठी गेले होते. तेव्हा सॅली व जेनेट यांचा एका मोठ्या कुरणातून एकमेकींचा हात धरून हलकेच पळत येताना मि. बोव्हेननी आपल्या लायका कॅमेऱ्यातून एक फोटो घेतला होता. तो अतिशय सुंदर आला होता. त्या फोटोकडे निरखून पाहत जोहान म्हणाला,

''सर, या फोटोचे छोटेसे चित्र करवून ते ट्रेडमार्कसाठी व 'डचलेडीज्' हे उत्पादनाच्या नावासाठी वापरलं तर चालेल?''

मि. बोव्हेनना ती कल्पना आवडली. ते जोहानला म्हणाले, ''तुझी कल्पना चांगली आहे. एखाद्या व्यावसायिक चित्रकाराकडून तू ट्रेडमार्कचा नमुना बनव, मग विचार करू.''

आठ दिवसाच्या आतच जोहानने ॲम्स्टरडॅमच्या एका व्यावसायिक चित्रकाराकडून त्या फोटोवरून ट्रेडमार्कचा नमुना करून घेतला. मि. बोव्हेनना तो पाहताच पसंत पडला. ते चित्र व 'डचलेडीज्' हे नाव वापरायचा निर्णय घेण्यात आला. नव्या उत्पादनासाठी नवी वेष्टने, टीनचे डबे, पॅकेटस् अशा सर्वावर ती वापरायला सुरुवात केली. कंपनीने त्यांच्या नव्या नावांच्या उत्पादनांची वृत्तपत्रे व रेडिओवर मोठ्या प्रमाणावर जाहिरात केली. जाहिरातींचे मोठ-मोठे फलक संपूर्ण हॉलंडभर लावण्यात आले. रेल्वे व बसेसमध्येही जाहिराती लावण्यात आल्या. बघता-बघता नवे नाव लोकप्रिय झाले. त्यांच्या उत्पादनांना मागणीही वाढली. एका वर्षात कंपनीचा नफा ४५% नी वाढला.

मि. बोव्हेन हे आपला मोकळा वेळ नेहमी कुटुंबीयांसमवेत घालवत. मुलांबरोबर खेळण्यात, त्यांच्याशी दंगामस्ती करण्यात व त्यांना अधून-मधून छोट्या-मोठ्या प्रवासाला घेऊन जाण्यात त्यांना आनंद वाटायचा. त्यांचे व सॅलीचे एकमेकांवर जीवापाड प्रेम होते. सॅली मुलांचे संगोपन करण्यात व घर सांभाळण्यात कसलीही कसूर करायची नाही.

१९५५ सालच्या मे महिन्यात मि. बोव्हेनना इटलीतील मिलान येथे जायचे होते. मुलांच्या शाळांना तेव्हा सुट्ट्या होत्या. जेनेट आता बारा वर्षांची तर केव्हिन नऊ वर्षांचा होता. मि. बोव्हेननी सॅलीला सुचवले की, ते स्वत: आधी मिलानला जातील व त्यांचे चार-पाच दिवसांचे काम संपत येईल तेव्हा सॅलीने मुलांना घेऊन मिलानला पोहोचावे. सॅलीला व मुलांना ती कल्पना पसंत पडली. आठ-दहा दिवस इटलीमध्ये वेगवेगळ्या ठिकाणी फिरायचा बेत पक्का झाला. गेली पाच वर्षे मि. बोव्हेन प्रवासी विमानाने जवळपासचा प्रवास करत नव्हते. त्यांनी दहा सीटचे छोटे सेस्ना विमान विकत घेतले होते. ऑर्नबर्गजवळ एक धावपट्टीही बनवली होती.

ठरल्याप्रमाणे पंधरा मे ला मि. बोव्हेन मिलानला गेले. त्यांनी विमान परत ऑर्नबर्गला पाठवून दिले. त्यांची कामे वीस मे पर्यंत चालणार होती. त्याच दिवशी सकाळी सॅलीने मुलांसह मिलानला पोहोचायचे ठरले होते. सकाळी साडेनऊ वाजता सर्वजण धावपट्टीवर पोहोचले. सामान विमानात चढवले गेले. त्या तिघांना घेऊन विमानाने हवेत झेप घेतली. त्याचा मार्ग बेल्जियमच्या ब्रुसेल्स, फ्रान्सच्या स्ट्रासबर्ग व स्वित्झर्लंडच्या झुरीक या शहरांवरून जाणार होता. प्रवासाचा एकूण वेळ दोन तासांचा होता.

साधारण अकरा वाजायच्या सुमारास विमान स्वित्झर्लंडच्या आल्प्स् पर्वतावरून जात होतं. वैमानिक सदैव जमिनीवरील दूरसंचार केंद्राशी संपर्क साधून होता. त्याला झुरिकच्या केंद्रावरून संदेश आला की, त्याच्या आधी ठरलेल्या मार्गांवर हवा काहीशी खराब आहे व वादळाची शक्यता असल्यामुळे त्यांनी विमानाचा मार्ग बदलावा. त्यानुसार वैमानिकाने विमानाची दिशा बदलायला सुरुवात केली. विमानाला खूपच हादरे जाणवत होते. सर्वांनी सीटचे पट्टे लावले होतेच. वादळाचा रोख अचानक बदलून त्यांच्या विमानाच्या दिशेने आला होता. वैमानिक विमानास सुरक्षित दिशेला घेऊन जायचा आटोकाट प्रयत्न करत होते. आल्प्स् पर्वताजवळील आल्टडॉर्फ या दूरसंचार केंद्रातील रडारवर त्या विमानाचा ठिपका दिसत होता. तेथे चार तंत्रज्ञ काम करत होते. त्यांच्यापैकी निकोलस हा सेस्ना विमानाच्या वैमानिकांशी सतत संपर्कात होता, व त्याला वादळातून बाहेर पडण्याचा मार्ग सांगत होता. निकोलसने आपल्या सहकाऱ्यांना सांगितले की, सेस्ना अडचणीत सापडले आहे. विमानाचा रडारवरील ठिपका हळूहळू त्या वादळाच्या क्षेत्रातून बाहेर पडत असल्याचे दिसत होते. निकोलसने वैमानिकाला तीच दिशा ठेवायला सांगितले, पण वैमानिकाचे उत्तर आले नाही. विमानाचा व दूरसंचारकेंद्राचा संपर्क तुटला होता. पण विमानाचा ठिपका रडारवर दिसत होता. ते चौघेही वैमानिकांशी संपर्क साधण्याचा आटोकाट प्रयत्न करत होते. इतक्यात रडारवरचा तो ठिपका दिसायचा बंद झाला. त्या चौघांच्या मनात जी भीती होती, ती दुर्दैवाने खरी ठरली.

खराब हवामानामुळे विमानाचे अवशेष व मृतांची शरीरे शोधण्यात

आठ दिवस गेले. मि. बोव्हेन यांचा झाल्या घटनेवर विश्वासच बसत नव्हता. त्यांच्या आयुष्यातील तीन मौल्यवान जीव एका क्षणात नाहीसे झाले होते. संपूर्ण ऑर्नबर्ग गाव शोकाकूल झाले होते. त्या तिघांच्या दफनविधीला सारा गावच काय, पण हॉलंडमधील अनेक उद्योगपती, व्यावसायिक, सरकारी अधिकारी, मंत्री व राणीच्या वतीने स्वत: राजपुत्र हजर होते. मि. बोव्हेन याचे सांत्वन करायला कोणाजवळही शब्द नव्हते.

"त्या दुर्घटनेनंतर मला सावरायला कित्येक दिवस लागले. त्या परिस्थितीवर मात करण्यासाठी मी पुन्हा धीराने कामाला लागणे आवश्यक होते. जोहान कामाचा व्याप समर्थपणे सांभाळत होता. पण मला त्यानंतर माझे काम करण्यातला उत्साह व त्या मागची प्रेरणा निघून गेली होती. कोणासाठी मी आता काम करायचं? कशासाठी पैसे मिळवायचे? असे प्रश्न मला भेडसावू लागले. क्षणोक्षणी मला त्या तिघांचे चेहरे डोळ्यांसमोर दिसायचे. मी स्वत:ला कामात झोकून द्यायचा प्रयत्न करत होतो. पण माझ्या कार्यालयात डेअरीमध्ये, उत्पादनावर व गावांत रस्त्यावर जेव्हा-जेव्हा माझे लक्ष 'डचलेडीज्' या चित्राकडे जायचे, तेव्हा-तेव्हा माझा धीर खचून जायचा. मन पुन्हा भूतकाळात भरकटू लागायचं. मला त्या वातावरणात काम करणे असह्य होऊ लागले. जोहानने व माझ्या मित्रांनी माझी समजूत काढण्याचा खूप प्रयत्न केला. शेवटी मी कामावर जायचे टाळू लागलो. घरातूनच जोहानला फोनवरून सूचना देऊ लागलो."

मारिया रुमालाने आपले डोळे टिपत होती. मि. बोव्हेनही आपले अश्रू आवरू शकत नव्हते. त्या घटनेला जवळ-जवळ वीस वर्षे झाली होती, पण तो प्रसंग अलीकडेच घडला आहे अशा आर्विभावात ते मारियाला सांगत होते.

"मी जोहानला सुचवलं की, ट्रेडमार्क व उत्पादनाचं नाव बदल. पण तो म्हणाला की, ते दोन्ही इतके लोकप्रिय झाले आहेत की, नवीन चिन्ह व नाव वापरू लागलो तर आपल्या उत्पादनांचे वितरण करण्यात अनेक अडचणी येतील. मी त्याला म्हणालो की, जो पर्यंत ते दोन्ही वापरात आहेत, तोपर्यंत मी माझ्या कार्यालयात व डेअरीत

जाणार नाही. तोही हतबल झाला होता. अशातच मी मद्याच्या आहारी गेलो. दु:खाचा प्रचंड डोंगर मनावर ठेऊन जगणे मला मुश्किल झाले होते. त्याच दरम्यान एक महत्त्वाची घटना घडली.''

हॉलंडच्या अगदी दक्षिण टोकाला मिडलबर्ग या गावी मिस्टर अलेक्सांद्र फेत यांचा दुग्धप्रकल्प होता. मि. फेत हे मि. बोव्हेन यांचे प्रतिस्पर्धी. त्यांचाही व्यवसाय बऱ्यापैकी होता, पण 'डचलेडीज्'च्या व्यवसायाशी ते बरोबरी करू शकत नव्हते. 'डचलेडीज्'ची लोकप्रियता व तिच्या उत्पादनांचा खप मि. फेत यांच्या 'गोल्डन ऑरेंज' या नावाच्या उत्पादनापेक्षा खूपच जास्त होता. त्या दोघांमध्ये स्पर्धा होती पण वैर नव्हते. ते एकमेकांना बऱ्याच सामाजिक कार्यक्रमांत, व्यावसायिक बैठकीमध्ये व मेजवान्यांमध्ये भेटायचे, एकमेकांशी चांगले बोलायचे. मैत्री नसली तरी त्यांचे सभ्यतापूर्ण संबंध होते. विमान दुर्घटनेची बातमी ऐकल्यावर मि. फेत, मि. बोव्हेन यांच्या सांत्वनासाठी गेले होते व नंतर दफनविधीलाही हजर राहिले होते. त्या दुर्घटनेला आता पाच महिने उलटले होते. मि. बोव्हेन अजूनही सावरले नव्हते. कार्यालयातही जात नव्हते. एके दिवशी मि. फेत यांचा त्यांना भेटायला यायची इच्छा आहे, असा निरोप आला. भेटीची वेळ ठरली.

''माल्कम, तुम्ही कोणत्या कठोर दिव्याला तोंड देत आहात हे मला दिसतंय.''

''ऑलेक्स, मी स्वत:ला सावरायचा खूप प्रयत्न करतोय, पण एवढा प्रचंड आघात कसा सहन करायचा हेच समजत नाही.''

''हल्ली कार्यालयात जात नाही असं कळलं.''

''हो, खरंय ते. 'डचलेडीज्' दिसल्या की, मन उचंबळून येतं. काय करावं समजत नाही.''

''तुमच्या या परिस्थितीत हा विषय काढणे उचित नाही, पण व्यवहाराच्या दृष्टीने विचारावसं वाटतंय. माल्कम, जर प्रकल्प विकायचा विचार असेल तर मी बोलणी करायला तयार आहे.''

मि. फेतनी मूळ मुद्याला हात घातला.

'छे; छे, इतका चांगला चाललेला प्रकल्प मी विकू कशाला? जोहान सगळी जबाबदारी सांभाळतोय. मीही आणखी काही दिवसांनी

कामावर जायला सुरू करेन.''

"तसं काही नाही, मी आपलं सहज विचारलं, मनात वाईट हेतू मुळीच नाही. आपलं हे बोलणं झालं आहे हे विसरून जाऊया. बरं थोडा बदल म्हणून माझ्या स्कॉटलंडमधील हॉलिडे होममध्ये काही दिवस जाऊन रहा. जागेच्या बदलाने थोडं बरं वाटेल.''

"बघूया, इच्छा झाली तर जाईन तिकडे. तुमचा खरंच आभारी आहे मी.''

त्या सकाळी मि. फेत निघून गेल्यावर मि. बोव्हेन यांच्या डोक्यात तो विषय घोळत राहिला. त्यांनी व्होडकाची बाटली काढली. अर्धा ग्लास व्होडका पाणी न घालता घेतला. 'कशासाठी आणि कोणासाठी आता मी हा प्रकल्प चालवायचा? का ही दगदग आणि धावपळ करायची? त्यापेक्षा अॅलेक्स म्हणतो त्याप्रमाणे सगळं विकून इथून दूर कुठेतरी जाऊन स्थायिक व्हावं झालं. नाही-नाही हे कष्टानं उभं केलेलं साम्राज्य असं एका क्षणात विकून टाकायचं? माझे कर्मचारी काय म्हणतील? जोहानला काय वाटेल?' अशा उलट-सुलट विचारांनी त्यांना अधिकच गोंधळात टाकले.

त्या चर्चेला चार दिवस होऊन गेले. सकाळी दहा वाजता मि. फेत यांच्या कार्यलयातील फोन वाजू लागला. त्यांच्या सचिवाने मि. बोव्हेन यांचा फोन आला असल्याचे सांगितले.

"अॅलेक्स, मी तुमच्या प्रस्तावावर खूप विचार केला आहे. मी बोलणी करायला तयार आहे!''

मि. फेतना आपण काय ऐकलं आहे यावर विश्वास बसेना, "माल्कम, उद्या सकाळी बसू या? मी येईन तुमच्या घरी.''

"ठीक आहे, सकाळी नाश्त्यासाठीच या, नऊच्या सुमारास.''

मि. बोव्हेननी जेव्हा हा निर्णय जोहानला सांगितला तेव्हा त्याच्या तोंडचे पाणीच पळाले.

"सर, अजूनही वेळ गेलेली नाही. आपण पुनर्विचार करावा असं मला वाटतंय. शून्यातून निर्माण केलेलं हे विश्व तुम्ही एका क्षणात घालवू इच्छिता? गेली वीस वर्ष तुम्ही किती कष्ट उपसलेत या प्रकल्पासाठी याचा विचार करा.''

"त्या स्मृतीनेच मला दु:खाच्या खाईत लोटलं आहे, जोहान!

मला त्या 'डचलेडीज्' माझ्या डोळ्यासमोर नको आहेत. मला इथून दूर कुठेतरी जाऊ दे!''

"हा तर पलायनवाद झाला, सर. तुम्ही आता खंबीरपणे आपल्या आयुष्याला नव्याने सुरुवात केली पाहिजे. दुर्घटना अतिशय क्लेशकारक होती, पण तुम्ही तुमचं उर्वरित आयुष्य त्यासाठी बरबाद करणं योग्य होणार नाही.'' जोहान त्यांची समजूत काढण्याची कसोशीने प्रयत्न करत होता.

"जोहान, त्यासाठी लागणारा खंबीरपणा आणि बळ आता माझ्यात नाही. मला पलायनवादी म्हण किंवा भित्रा, नेभळट म्हण. आता या जगात कोणी काय म्हणेल याची मला बिलकुल फिकीर नाही. आता माझ्यापुढे फक्त दोनच मार्ग आहेत! एकतर सगळं विकून दूर कोठेतरी जाऊन उर्वरित आयुष्य कंठायचं किंवा...'' मि. बोव्हेन बोलायचे थांबले.

"किंवा काय सर?'' जोहानने विचारले.

"किंवा आत्महत्या!''

"नाही, नाही सर, असले अभद्र विचार कृपा करून मनात आणू सुद्धा नका!'' जोहान डोळे टिपत म्हणाला.

दुसऱ्या दिवशी सकाळी ठरल्याप्रमाणे मि. फेत व मि. बोव्हेन यांची चर्चा सुरू झाली. मि. बोव्हेननी जोहानकडून काही आवश्यक माहिती घेऊन ठेवली होती.

"माल्कम, मी दीडशे कोटी गिल्डर्सला तुमचा सगळा प्रकल्प घेऊ इच्छितो!''

मि. फेत म्हणाले.

मि. बोव्हेननी विचार केला, तो प्रस्ताव काही वाईट नव्हता. त्यांचीही अपेक्षा त्या किंमतीच्या आसपास होती. घासाघीस केली तर आणखी पाच-दहा कोटीने मि. फेत किंमत वाढवतील याची मि. बोव्हेनना खात्री होती. पण ते घासाघीस करण्याच्या मन:स्थितीत नव्हते.

"ॲलेक्स, तुमचा प्रस्ताव मंजूर आहे. पण माझ्या दोन अटी आहेत.''

"माल्कम, अगदी निःसंकोचपणे सांगा, आपण त्यावर अगदी

मोकळेपणाने चर्चा करू!''

''पहिली अट अशी की, सध्या माझ्या प्रकल्पात काम करत असलेल्या कर्मचाऱ्यांपैकी एकालाही कमी करायचं नाही. दुसरी अट अशी की, 'डचलेडीज्' हा ट्रेडमार्क व नाव तुम्ही वापरायचं नाही.''

''माल्कम, तुमची पहिली अट मला मान्य आहे, पण दुसरी नाही. मी तुमचा प्रतिस्पर्धी असलो तरी मान्य करतो की, 'डचलेडीज्' उत्पादने माझ्या 'गोल्डन ऑरेंज' पेक्षा खूप लोकप्रिय आहेत. मला जर ते नाव व चिन्ह वापरता आले नाही तर माझा प्रस्ताव मागे घ्यावा लागेल.''

''मग मलाही विचार करावा लागेल, कारण माझ्या दुसऱ्या अटीवर मी ठाम आहे!'' मि. बोव्हेन म्हणाले.

बोलणी तेथेच खुंटली. त्यानंतर एक आठवडाभर मि. बोव्हेन त्या गोष्टीवर विचार करत होते. त्यांच्या मनात आले, 'जर मी इथून दूर पुन्हा परत न येण्यासाठी जाणार आहे, तर 'डचलेडीज्' येथे असल्या काय किंवा नसल्या काय, कसला फरक पडणार आहे? शेवटी त्यांनी मि. फेतना फोन करून सांगितलं की, ते दुसरी अट मागे घ्यायला तयार आहेत. दोन आठवड्यांनंतर सर्व कायदेशीर व्यवहार व हस्तांतरण पूर्ण झाले.

''मला मिळालेल्या त्या अफाट पैशांपैकी जवळ-जवळ सर्व रकमेचा माझ्या पत्नी व मुलांच्या नावे एक ट्रस्ट केला. त्याचे उत्पन्न आफ्रिकेतल्या मागासलेल्या देशातील पददलित जनतेच्या उद्धारासाठी वापरावेत असा त्याचा उद्देश ठेवला. पाच विश्वासू मित्रांना त्याचे ट्रस्टी केले. जोहानला प्रमुख ट्रस्टी केले. त्याच वेळी आपण कोठे स्थायिक व्हायचे याचा मी विचार करू लागलो. मला युरोपपासून दूर जायचं होतं. सिंगापूर, जोहान्सबर्ग व रिओ-द-जनेरो ही तीन शहरं माझ्या डोळ्यासमोर होती. मी त्या दृष्टीने हालचाल सुरू केली. त्या तीनही शहरांविषयी सखोल माहिती काढली. जोहान्सबर्गमध्ये कायदा व सुव्यवस्था परिस्थिती चांगली नव्हती. सिंगापूरचा स्थायी व्हिसा मिळवण्यात कायदेशीर अडचणी होत्या. त्याच वेळी ब्राझिलच्या सरकारने एक योजना आखली होती. जो कोणी ब्राझिलच्या उद्योगधंद्यामध्ये पन्नास हजार अमेरिकन डॉलर्स गुंतवेल, त्याला स्थायी व्हिसा व एक वर्ष

उलटल्यानंतर नागरिकत्व मिळेल. मी ती अट सहज पुरी करू शकत होतो. इथल्या आा-फामोसा मिनरल्स या कंपनीचे शेअर्स विकत घेतले. यथावकाश कायदेशीर सोपस्कार पुरे झाल्यावर जुलै १९५६ पासून मी रिओचा रहिवासी झालो. आता कळली तुला माझी पार्श्वभूमी?'' मि. बोव्हेननी मारियाला विचारले. गेले दीड तास मंत्रमुग्ध होऊन ऐकत बसलेल्या मारियाचा त्या शोकांतिकेवर विश्वास बसत नव्हता. एखाद्याच्या आयुष्याला कसे नाट्यपूर्ण वळण लागू शकते हे पाहून ती बुचकळ्यात पडली होती.

रिओ-द-जनेरो, ऑगस्ट १९७८

संध्याकाळचे साडेपाच वाजले असतील. नओमी नुकतीच कॉलेजमधून घरी पोहोचली. तिला आल्या आल्या मारिया म्हणाली,

''अगं नओमी, तुझं एक पत्र आलं आहे, हे घे!'' असं म्हणून मारियाने कपाटातून एक लिफाफा काढून नओमीच्या हाती दिला.

''कोणाचं आहे गं आई?'' नओमीला खूपच कमी पत्रे येत, त्यामुळे काहीशा आश्चर्याने तिने मारियाला विचारले.

''काही कळत नाही गं. त्या पत्रावरल्या पत्त्याचं अक्षर मला नीट लागलंच नाही. हल्ली डोळ्यांना तरी कुठं धड दिसतंय!''

लिफाफ्यावरचे तिकीट, पोस्टाचे शिक्के व पत्ता पाहून ती म्हणाली, ''आई, एडीचं पत्र आहे!''

''एडीचं? काय म्हणतेय ग ती? वाच बरं लौकर!'' मारियाही उत्सुकतेने म्हणाली. नओमीनं लिफाफा उघडून भरभर पत्र वाचलं.

''अगं सगळं ठीक आहे. पुढच्या महिन्यात विद्यापीठाला प्रबंध सादर करणार आहे. सध्या खूप कामात आहे म्हणे. तुझ्याविषयी खूप छान लिहिलं आहे तिनं!''

''चला, सगळं ठीक आहे ना, मग काही हरकत नाही.'' मारियाच्या डोळ्यासमोर एडीचा हसरा व प्रसन्न चेहरा आला. कुठली दूरची पोर, पण किती जीव लावला तिने...

मारियाच्या साओ क्रिस्तोव्हाओ या रिओच्या उपनगरातल्या घराजवळच्या बस स्टॉपवरून जी-२२ या क्रमांकाच्या बसने नओमी

रोज कॉलेजला जायची. नेहमी सकाळी पावणे नऊपर्यंत ती बस स्टॉपवर पोहोचायची. आठ पन्नास-पंचावन्नच्या सुमारास बस आली की, वीस-पंचवीस मिनिटांत ती कॉलेजवर पोहोचायची. साडेनऊ ते तीन या दरम्यान लेक्चर्स झाली की, तास-दीडतास ती ग्रंथालयात बसून अभ्यास करायची. साडेचार-पाचच्या सुमारास ती घरी जायला निघायची. घरी पोहोचल्यावर मारियाला घर आवरण्यात व स्वयंपाकात ती मदत करायची. क्वचितच ती मित्र-मैत्रिणींबरोबर बाहेर जायची. ते ही शक्यतो शनिवारी किंवा रविवारी. तसे तिला जायला आवडायचे, पण घरी पैशाची चणचण असल्यामुळे ती शक्यतो बाहेर जायचे टाळायची. कारण मित्र-मैत्रिणींबरोबर बाहेर पडलं की सिनेमा, रेस्टॉरंटमध्ये खाणे, किरकोळ खरेदी असे पैसे खर्च करायचे प्रसंग साहजिकच यायचे.

जूनचा महिना होता. गेले आठ-दहा दिवस नओमीला तिच्या नेहमीच्या बसस्टॉपवर एक अंदाजे तिशीची नवीन मुलगी रोज दिसू लागली होती. बऱ्याच वेळेला ती कॉलेजमधून परततानाही तिच्या बसमध्ये दिसायची. नओमीने तिला कॉलेजच्या ग्रंथालयातही पाहिले होते. त्या दिवशी दोघींना बसमध्ये एकमेकींजवळ जागा मिळाली. ती मुलगी नओमीकडे पाहत स्मित हास्य करत म्हणाली,

‘‘तू कास्तेलो कॉलेजमध्ये शिकतेस का?’’

‘‘हो, मी ही तुला अलीकडे कॉलेजमध्ये पाहिलं आहे.’’ नओमी उत्तरली.

‘‘हो, मी गेल्याच महिन्यात स्वीडनहून तीन महिन्यांसाठी आले आहे. स्वीडनच्या उप्साला विद्यापीठात मी पीएच.डी. चा अभ्यास करते आहे.’’ ती म्हणाली.

‘‘मग इकडे कसं काय येणं झालं?’’ नओमीने विचारले.

‘‘दक्षिण अमेरिका उप-खंडावर युरोपियन राष्ट्रांचा अंमल जेव्हा होता तेव्हा त्याचा परिणाम येथील मूळच्या संस्कृतीवर कसा झाला यावर मानववंशशास्त्राच्या दृष्टीकोनातून मी संशोधन करत आहे. माझ्या मार्गदर्शकांनी मला कास्तेलो कॉलेजमध्ये तीन महिने संशोधन करायची शिफारस केली. कारण या कॉलेजच्या ग्रंथालयात काही दुर्मिळ ग्रंथ आहेत, त्यांचा माझ्या संशोधनासाठी खूप उपयोग होणार

आहे. शिवाय रिओच्या राष्ट्रीय संग्रहालयात काही ऐतिहासिक कागदपत्रे मला पहायला मिळाली. त्यांचाही मला उपयोग होतोय. बरं, तू काय शिकतेस?'' तिने नओमीला विचारले.

''मी, कॉमर्सच्या तिसऱ्या वर्षाला आहे. माझं नाव नओमी. मी साओ क्रिस्तोव्हाओ भागातच राहते. तुझं नाव काय?'' नओमीने विचारले.

''अरे हो, बोलण्याच्या नादात सांगायचंच राहून गेलं! मी एडविना रोझदाल. मला माझे मित्र-मैत्रिणी 'एडी' म्हणतात. तूही एडी म्हटलंस तर चालेल!''

''हो, नक्कीच, तू राहतेस कुठे?''

''मी रूआ फिग्वेरा दि मिलो रस्त्यावरच्या फॉन्सेका अपार्टमेंटमध्ये एक छोटा फ्लॅट तीन महिन्यासाठी भाड्याने घेतला आहे.'' एडी उत्तरली.

''असं? माझं घरही तेथून जवळच आहे!'' नओमीने एडीला सांगतले.

इतक्यात कॉलेजचा बसस्टॉप आला. दोघी बसमधून उतरून एकमेकींचा निरोप घेऊन आपापल्या कामासाठी निघून गेल्या. त्यानंतर दोघींची वारंवार भेट होऊ लागली. एडी खूपच बोलकी होती. भुऱ्या केसांची, किंचित स्थूल व हसऱ्या चेहऱ्याची एडी नओमीला आवडू लागली होती.

एके दिवशी नओमी बस स्टॉपवर पोहोचली, तेव्हा एडी तेथे आधीच पोहोचली होती. नओमीला पाहताच तिने आपल्या बॅगेतून एक पाकीट काढले व ते नओमीच्या हातात ठेवत म्हणाली,

''हे घे, चॉकलेट्स आहेत. माझ्या भावाने त्याच्या एका मित्राबरोबर स्वीडनहून पाठवलेत. माझ्या आवडीच्या इतर काही वस्तूही पाठवल्यात. खरं म्हणजे ही लिंड कंपनीची चॉकलेट्स मला खूप आवडतात. पण मी आता थोडं वजन कमी करायचा निश्चय केला आहे. पूर्वी मी चॉकलेट्स खूप खायची. पण हल्ली तोंडावर थोडा ताबा ठेवला आहे, तुला नक्कीच आवडतील ही चॉकलेट्स!''

नओमीने एडीचे आभार मानून चॉकलेट्स घेतली. त्या दिवशी मारिया, पेद्रो व नओमी यांनी स्वीडीश चॉकलेट्सचा मनसोक्त आस्वाद

घेतला. त्यानंतर आठ-दहा दिवस गेले असतील. एडी व नओमी बसमधून घरी परतत होत्या. अलीकडे बस स्टॉपवर भेटल्यावर त्या दोघी बसमध्ये जवळजवळ बसायच्या. बसला साओ क्रिस्तोव्हाओला पोहोचायला दहा-बारा मिनिटे होती. इतक्यात एडी म्हणाली,

''आज जेवण करायचा कंटाळा आला आहे, एखादं सँडवीच खाऊन झोपी जावं असं वाटतंय!''

''रोज तू घरीच जेवतेस''? नओमीने विचारले.

''हो, मला क्वचितच बाहेर जेवायला आवडतं, घरीच काहीतरी करून खाते झालं!'' एडी म्हणाली.

''आमच्याकडे आईच स्वयंपाक करते. मी तिला थोडीफार मदत करते.'' नओमी म्हणाली.

''खरंच, रोज आईच्या हातचं जेवण... नशिबवान आहेस तू.'' एडी म्हणाली.

''तुमच्याकडे तुझी आई बनवत असेल ना जेवण?''

''नओमी, मी अकरा वर्षांची असताना माझी आई कॅन्सरने वारली. आईची माया काय असते हे मला आठवतदेखील नाही.'' एडीच्या डोळ्यांच्या कडा बोलता-बोलता पाणावल्या होत्या.

''एडी, माफ कर हं मला, तुझ्या आईच्या बाबतीत मला माहीत नव्हतं...'' नओमी संकोचून म्हणाली.

''अगं वाईट वाटून घेऊ नकोस, तुला कसं माहीत असणार?''

त्या दोघी त्यांचा बसस्टॉप येईपर्यंत इतर गोष्टींवर बोलत राहिल्या. बसमधून उतरल्यावर एडी नओमीचा निरोप घेणार इतक्यात नओमी तिचा हात हातात धरून म्हणाली,

''एडी, आज माझ्या घरी जेवायला चल. तू जेवण करायला कंटाळली आहेस ना? जे काही असेल ते आपण मिळून खाऊ. माझ्या आईला तू आल्यामुळे आनंदच वाटेल!''

''अगं नको नओमी, परत कधीतरी येईन, तुझ्या आईला त्रास नको.'' एडी म्हणाली.

''अगं त्यात त्रास कसला? नाहीतरी आम्हा तिघांचं जेवण ती बनवत असते. त्यात तुझी भर. खरंच, ऐक माझं, चल माझ्याबरोबर.'' नओमी म्हणाली. तिचा आग्रह मनापासून होता. शेवटी एडी तयार

झाली. त्या पाच-सहा मिनिटांतच नओमीच्या घरी पोहोचल्या. मारियाने दार उघडताच नओमीने एडीची ओळख करून दिली.

"आई, ही एडी, आपल्याला चॉकलेट्‌स दिलेली. आज मी तिला आपल्याकडे जेवायला घेऊन आले आहे!"

"ये, ये, मुली तू दिलेली चॉकलेट्‌स खूपच छान होती हं!" मारिया हसतमुखाने तिचे स्वागत करत म्हणाली.

"बरं झालं तुम्हाला आवडली." एडी म्हणाली.

संध्याकाळचे सहा वाजत आले होते. नओमी एडीसाठी ज्यूस घेऊन आली. तिने आत जाऊन मारियाला आज अचानक एडीला जेवायला का घेऊन आली याचा खुलासा केला. मारियाने जेवायला सूप, परतलेल्या भाज्या, चिकन स्ट्यू, भात असे पदार्थ केले होते. त्या तिघी सात वाजता जेवायला बसल्या.

"नओमी तुझा भाऊ जेवायला घरी येत नाही?"

"येतो ना! पण त्याची शिफ्ट असते. आज तो रात्री दहा वाजता येईल. आल्यावर स्वत: जेवण गरम करून घेतो." नओमी म्हणाली.

त्या प्रसंगानंतर एडीचे नओमीच्या घरी येणे-जाणे वाढले. नओमीही कधी-कधी एडीच्या फ्लॅटवर जेवायला जायची. एडी संध्याकाळी नओमीच्या घरी गेली की, मारिया तिला जेवल्याशिवाय सोडत नसे. एडी नेहमी जाताना फळे, बिस्कीटे असे काहीना काही घेऊन जायची. एडीचा स्वभाव मारियालाही खूप आवडू लागला होता. एखाद्या दिवशी एडीला भेटले नाहीतर नओमीला बेचैन वाटायचे.

असेच एके दिवशी त्या तिघी गप्पा मारत असताना एडीने विचारले, "आई तुम्ही कुठे काम करता?"

"अगं गेली जवळजवळ अडीच वर्षे मी एका गृहस्थाच्या घरी हाऊसकीपर म्हणून काम करते."

"खूपच कष्टाचं काम असेल नाही?" एडीने विचारले.

"कष्टाचं कसलं आलंय? एकटा सडाफटिंग माणूस. काम तसं अगदी आरामाचं आहे. त्या गृहस्थाचं काय सांगू तुला, अतिशय दुर्दैवी व विस्मयकारक घटना त्याच्या आयुष्यात घडल्या आहेत." मारिया म्हणाली. हे ऐकून एडीची उत्सुकता वाढली, तिनं विचारलं,

"असं? काय बरं झालं होतं त्याच्याबाबतीत?"

''अगं तो गृहस्थ मूळचा हॉलंडचा. अतिशय गर्भश्रीमंत.''

मारियाने मि. बोव्हेननी सांगितलेली शोकांतिका एडीला ऐकवली. जवळजवळ तासभर ती ऐकल्यानंतर एडी म्हणाली,

''खरंच कमाल आहे! काय पण नशीब म्हणायचं त्याचं? अफाट पैसा असून सुखापासून वंचित म्हणजे केवढा दैवदुर्विलास!''

एडीचे रिओमधले वास्तव्य संपत आले होते. तिचे संशोधनाचे काम चांगले झाले असे ती नओमीला म्हणाली. गेले तीन-चार दिवस एडीची भेट न झाल्यामुळे नओमी सचिंत होती. त्या दिवशी संध्याकाळी आपल्या घरी न जाता ती सरळ एडीच्या फ्लॅटवर पोहोचली. बेल वाजवल्यावर दोन-तीन मिनिटांनी एडीने दार उघडले. एडी गेले तीन-चार दिवस तापाने आजारी होती.

''एडी, अगं काय झालंय तुला? तुझी तब्बेत चांगली दिसत नाही?'' नओमी आत जाता-जाता म्हणाली.

''अगं, गेले तीन-चार दिवस तापाने आजारी आहे. परवा डॉक्टरांना दाखवून आले, औषधं दिली आहेत. पण थकवा खूपच आला आहे.''

''अगं मला फोन करायचा नाहीस का? आणि जेवणाचं काय करतेस?''

''मी दूध, ब्रेड, कॉर्नफ्लेक्स असंच काहीतरी खाते. तोंडाला चवही नाही.''

''हे पहा, तू मला सांगायला हवं होतंस, मी तुझी देखभाल नसती का केली?''

''अगं, आता बरं वाटेल एक-दोन दिवसांत.''

नओमीने मारियाला घरी फोन करून परिस्थितीची कल्पना दिली. मारियाने नओमीला सांगितले की, एडीला टॅक्सीत घालून आपल्या घरी घेऊन ये. नको-नको म्हणता एडी तयार झाली. दोन दिवस मारियाकडे राहिल्यावर तिला बरे वाटू लागले.

''आई, आता मी जाते माझ्या फ्लॅटवर. बरं वाटतंय मला.'' एडी मारियाला म्हणाली.

''हे पहा मुली, आता तुला जायला फक्त दोन आठवडेच राहिलेत ना? मग तुझं सामान घेऊन इकडेच रोहायला ये. पेद्रोही तीन आठवड्यांसाठी साओ पावलोला चाललाय. तुझा फ्लॅट घरमालकाच्या

ताब्यात देऊन टाक. आपण तिघी राहू छानपैकी.''

''हो एडी, मलाही खूप आनंद होईल. आता नंतर कधी भेट होईल न होईल. खरंच ये राहायला.'' नओमीही मारियाला दुजोरा देत म्हणाली.

त्या दोघींचा आग्रह पाहून एडी त्यांच्याकडे राहायला तयार झाली. ती व नओमी तिच्या फ्लॅटवर जाऊन तिचे सामान घेऊन आल्या. त्या तिघींच्या गप्पा खूप रंगायच्या.

एडीचा स्वीडनला जायचा दिवस उजाडला. संध्याकाळी सहा वाजताचे विमान होते. घरातून टॅक्सीने तीन वाजता निघावे लागणार होते. त्या दिवशी मारियाने सुट्टी घेतली होती. नओमीनेही कॉलेजला दांडी मारली. मारियाने एडीसाठी खास लंचचा बेत केला होता. ब्राझिलचा राष्ट्रीय पदार्थ फिजोदा म्हणजे काळ्या राजम्याच्या बीन्स बरोबर बीफ व सॉसेजेस् व काही मसाले घालून केलेला पदार्थ, अरोझ म्हणजे कांदा व ऑलिव्हचे तेल घालून शिजवलेला भात व गोड पदार्थ अम्ब्रोसिया-द-लारान्या जो संत्र्याचा रस व अंडी यांच्यापासून बनवतात. सकाळपासून ती लंचच्या तयारीला लागली होती. एडी अतिशय आवडीने जेवली. मारियाने खूप कष्ट घेऊन जेवण बनवल्याचे तिला कौतुक वाटले. मनसोक्त जेवणानंतर निरोपाची वेळ जवळ आली. एडी व नओमी एकमेकींच्या गळ्यात पडून रडल्या नसत्या तर नवल! जाताना मारियाने एडीच्या हातात एक छोटी वस्तू दिली.

''हे काय आई? याची काय गरज होती का?''

''हे बघ मुली, माझी जशी नओमी, तशी तू देखील मुलीसारखीच. आमची आठवण म्हणून एक छोटीशी वस्तू दिलीय.'' मारिया साश्रू नयनांनी म्हणाली.

''आणि हे बघ, पुन्हा रिओला यायचं ठरव. तेव्हा बाहेर फ्लॅट वगैरे घ्यायच्या फंदात पडू नकोस, आमच्याकडेच राहायचं!'' नओमी म्हणाली.

''नक्की येईन. तुम्हीही या स्वीडनला.''

''आमचं कसलं येणं होतंय!'' मारिया म्हणाली.

''घरी पोहोचल्यावर पत्र पाठवायला विसरू नकोस, आणि अधून-मधून खुशाली कळवत जा!'' नओमी तिला म्हणाली.

त्यांचा निरोप घेऊन एडी टॅक्सीत बसली.

सप्टेंबर १९७८,

नेहमीप्रमाणे मारिया मि. बोव्हेन यांच्या फ्लॅटवर सकाळी साडेसातला पोहोचली. मि. बोव्हेनना फिरून परत यायला अजून अर्धा तास होता. मारियाने त्यांचा नाश्ता तयार करायला घेतला. दोन टोस्ट केले, एक हॅमचा तुकडा पॅनमध्ये गरम केला. जॅमची बाटली व लोण्याचा डबा टेबलावर काढून ठेवला. थर्मासमध्ये कॉफी करून ठेवली. नंतर ती आपल्या इतर कामाला लागली. तो दिवस वॉशिंग मशीन लावायचा होता. स्वयंपाक घरातील भांडी आवरून ती बेडरूमच्या चादरी आवरायला गेली. तिचे भिंतीवरल्या घड्याळाकडे सहजच लक्ष गेलं. सव्वा आठ वाजले होते. तिला जरा आश्चर्य वाटले. बरोबर आठच्या ठोक्याला घरी परतणारे मि. बोव्हेन अजून कसे परतले नाहीत? कदाचित कोणाबरोबर तरी बोलत बसले असतील, किंवा काहीतरी विकत घ्यायला दुकानात गेले असतील. पण सहसा ते परस्पर कुठे जात नसत. प्रकृती तर ठीक असेल ना, अशी चिंतेची पाल तिच्या मनात चुकचुकली.

जेव्हा नऊ वाजले तेव्हा मात्र ती खूपच काळजीत पडली व घाबरली. दाराला कुलूप लावून ती फ्लॅटच्या इमारतीच्या आसपास एक चक्कर टाकून आली. फिरता फिरता थकवा आल्यामुळे कुठे विश्रांतीसाठी बसले तर नसतील? काय करावे तिला समजेना. मि. बोव्हेन यांच्या ओळखीचे कोणतेही कुटुंब तेथे नव्हते. कोणाच्या घरी परस्पर जाण्याचा प्रश्नच उद्भवत नव्हता. त्यांच्याकडील तिच्या दीड वर्षाच्या नोकरीच्या दरम्यान असा प्रसंग पूर्वी कधीच आला नव्हता. प्रकृती वाटेतच बिघडल्यामुळे एखाद्या हॉस्पिटलमध्ये तर गेले नसतील? मारिया पुरती चक्रावून गेली होती. दहा वाजेपर्यंत तिने वाट पाहिली व स्थानिक पोलीस स्टेशनला फोन केला. ती ज्यांच्याकडे काम करते ते गृहस्थ हरवले आहेत अशी तिने फोनवरूनच तक्रार नोंदवली. तेथील अधिकाऱ्याने त्यांचे नाव व पत्ता लिहून घेतला. अध्या तासाच्या आत पोलीस फ्लॅटवर पोहोचतील असे त्याने तिला सांगितले.

साडे दहा वाजता एक पोलीस इन्स्पेक्टर व एक शिपाई फ्लॅटवर पोहोचले.

इन्स्पेक्टर म्हणाले, ''मी इन्स्पेक्टर आव्हेलिनो. हं सांग काय, काय झालं ते.'' त्याने मारियाला विचारले.

तिने त्या दिवशी काय झाले, ती केव्हापासून तिथे काम करते, मि. बोव्हेन यांचे वर्णन हे सगळे सांगितलं.

इन्स्पेक्टर आपल्या डायरीत नोंद करून घेत होते.

''ठीक आहे मारिया, आम्ही आता तपासाला लागतो. बरं त्यांचा एखादा अलिकडचा फोटो आहे?''

''फोटो? मला तर घरात त्यांचा फोटो पाहिल्याचं आठवत नाही.''

''बरं, त्यांचा गाडी चालवायचा परवाना, पासपोर्ट असे काही आहे?''

''ते गाडी चालवत नसत. त्यांचा पासपोर्ट ते कुठे ठेवतात हे ही मला माहीत नाही. त्यांच्या बेडरूममध्ये एक अलमारी आहे, त्याला नेहमी कुलूप असते. त्याच्या किल्ल्या कुठे असतात हे ही मला माहीत नाही.''

''ठीक आहे, तू त्यांचं अगदी बारीक-सारीक वर्णन करून सांग. फोटो नाहीतर करणार काय?''

मारियाने त्यांचे वर्णन सांगितले. ते फिरायला जातांना नेहमी निळ्या रंगाची फुल पॅन्ट, पांढरा टी-शर्ट, रिबॉकचे पांढरे बूट व पांढरे पायमोजे घालायचे हे ही तिने सांगितले. इन्स्पेक्टरने सगळ्या नोंदी करून घेतल्या. त्यांनी मारियाचा फोन नंबर व घरचा पत्ताही लिहून घेतला.

इन्स्पेक्टर तिला म्हणाले, ''हा आमचा फोन नंबर, तुला काही समजलं तर मला कळव. मी आता तू सांगितलेल्या त्यांच्या फिरायला जायच्या मार्गावरील घरांमध्ये, दुकानात चौकशी करतो. तसेच या भागातील हॉस्पिटलमध्ये त्यांच्या वर्णनाची एखादी व्यक्ती दाखल झाली आहे का पाहतो. या भागात आज सकाळी एखाद्या अपघाताची नोंद झाली आहे का, हे ही पहावे लागेल!''

''अगं बाई गं! ठीक असतील ना मि. बोव्हेन?'' मारिया चिंतेने म्हणाली.

''हे पहा, आम्हाला अशा प्रकरणात सगळ्या शक्यता अजमाव्या लागतात. आम्हाला काही तपास लागला तर तुला कळवतो. उद्या

पासून कामावर येऊ नकोस. आता आम्हाला घराला सील केलं पाहिजे. मी एक तासाच्या आत आमच्या एका सहकाऱ्याला पाठवतो. तो पर्यंत हा दिएगो येथे थांबेल.'' असे म्हणून इन्स्पेक्टर आव्हेलिनो निघून गेले. मारियाने दिएगोला कॉफी करून दिली. थोड्या वेळाने आणखी काही पोलीस आले. दरम्यान मारियाने घर आवरून ठेवले होते. घराला सील करताना भरायच्या फॉर्मवर मारियाने सही केली. घराला कुलूप लावून झाल्यावर त्याची किल्लीही पोलिसांनी आपल्याकडे घेतली.

मारिया जेव्हा घरी जायला निघाली, तेव्हा चिंतेने ती पुरती ग्रासली होती. काय बरे झाले असेल या गृहस्थाचे? नवी नोकरी मिळवण्याची चिंताही त्यात भरीस भर! दुसऱ्या दिवशी सकाळी तिने इन्स्पेक्टर आव्हेलिनोना फोन केला.

ते म्हणाले, ''आम्ही या भागातल्या सर्व हॉस्पिटलमध्ये चौकशी केली. त्यांच्या वर्णनांचा कोणीही गृहस्थ काल दाखल झालेला नाही. आता शहरातल्या दूरच्या हॉस्पिटलमध्येही चौकशी करू. शवागारातही चौकशी केली. त्यांच्या वर्णनाचा मृतदेहही तेथे काल ठेवण्यात आलेला नाही. काल सकाळी अपघाताची नोंद नाही. त्यांचे खंडणीसाठी कोणी अपहरण केले असेल का, ही शक्यताही आम्ही अजमावून पाहिली आहे. बघू काय होतंय पुढे!''

मि. बोव्हेन नाहीसे होण्याचा तिसरा दिवस. दुपारी दोनच्या सुमारास मारियाच्या घरचा फोन वाजला.

''मी इन्स्पेक्टर आव्हेलिनो बोलतोय. मि. बोव्हेन यांचा पत्ता लागला आहे.''

''खरंच की काय? कुठे आहेत ते? आणि ते ठीक आहेत ना?'' मारियाची उत्सुकता शिगेला पोहोचली होती.

''ते ठीक असावेत असं वाटतंय. पण तुला इकडे पोलीस स्टेशनवर यायला हवं.'' इन्स्पेक्टर तिला म्हणाले.

''लगेचच निघते मी,'' असं म्हणून मारिया पटपट तयार झाली व टॅक्सीने पोलीस स्टेशनकडे निघाली. तेथे पोहोचल्यावर तिला इन्स्पेक्टर आव्हेलिनोंच्या कार्यालयात एक पोलीस घेऊन गेला.

''हे पहा मारिया, जेव्हा मि. बोव्हेन यांचा हॉस्पिटल, शवागार

येथे पत्ता लागला नाही, तेव्हा ते ब्राझिल सोडून कोठे परदेशी गेले आहेत का हे पाहायचं ठरवलं. ते २० सप्टेंबर या दिवशी घरातून गायब झाले. त्याच दिवशी दुपारी एक वाजून पस्तीस मिनिटांनी सुटणाऱ्या रिओ ते ॲम्स्टरडॉम या व्हारिंग विमान कंपनीच्या विमानाने ते हॉलंडला गेले.''

''खरंच की काय? पण मला काहीच बोलले नव्हते, असं अचानक रिओ सोडून जाणं चक्रावून टाकणारं आहे. पण तुम्हाला कसं कळलं की, ते हॉलंडला गेले म्हणून?'' तिने विचारले.

''आम्ही विमानतळावर इमिग्रेशन कार्यलयात चौकशी केली, ही पहा त्यांनी भरलेल्या इमिग्रेशन फॉर्मची प्रत'' असे म्हणून इन्स्पेक्टरनी तिला ती प्रत पाहायला दिली. मारियाने त्यावरचे नाव व पत्ता वाचला, मिस्टर माल्कम लॉरेन्स व्हॉन बोव्हेन, जन्मतारीख ४ फेब्रुवारी १९०८, जन्मस्थळ ऑर्नबर्ग, हॉलंड. पत्ता : ए-१५-२ मारिस्को अपार्टमेंट्स, ३५ कास्कादुरा रोड, ॲग्वा सॅन्ता, रिओ-द-जनेरो - ५९१००. ब्राझिल, राष्ट्रीयत्व : ब्राझिल.

''अगदी बरोबर आहे हा तपशील.'' मारिया म्हणाली.

''चला, एका प्रकरणावर पडदा पडला. आम्ही आता ही फाईल निकालात काढलेली आहे.'' इन्स्पेक्टर सिगारेट शिलगावत म्हणाले.

''इन्स्पेक्टर साहेब, त्यांनी प्रवासाआधी व्हिसा काढला होता?''

''अर्थतच असणार, त्याशिवाय विमान कंपन्या प्रवाशांना विमानात चढूच देत नाहीत.''

''त्यांनी तिकीट केव्हा काढलं आणि व्हिसा केव्हा करून घेतला हे कळलं तर समजेल की त्यांचा प्रवास पूर्वनियोजित होता की नाही.'' मारिया म्हणाली.

''हे पहा मारिया, आता एकदा आमची खात्री झाली ना की, म्हातारा देश सोडून गेला, आमच्या दृष्टीने हे प्रकरण मिटले आहे. या बाकीच्या चौकशा करायला आमच्याकडे वेळ नाही. पैसे असल्यावर विमानाचे तिकीट प्रवासाच्या दिवशीही घेता येते. प्रत्येक वकिलात अध्र्या तासात तातडीचा व्हिसा देऊ शकते. आता तुला त्याची कसोशीने चौकशी करायची असेल तर आनंदाने कर.'' असे म्हणून इन्स्पेक्टर उठले.

मारियालाही तेथून उठावे लागले. दिङ्मूढ अवस्थेत त्यांचा निरोप घेऊन ती घरी जायला निघाली. तिच्यासमोर अनेक प्रश्न होते, पण एकाचेही समाधानकारक उत्तर मिळण्याची शक्यता दिसत नव्हती. मि. बोव्हेननी आपल्या जन्मभूमीस जायचा निर्णय का व केव्हा घेतला असावा? त्यात कमालीची गुप्तता का पाळली? ते परत येणार आहेत की नाहीत? परत आले नाही तर त्यांच्या घराचे व आतील सामानाचे तसेच त्यांच्या इथल्या गुंतवणुकीचे काय होणार?

तिच्या सर्व प्रश्नांची उत्तरे मिळायला त्यानंतर फक्त पाचच दिवस जावे लागले.

❑

तीन

जर्मनी, १९३३ ते १९४५

दुसऱ्या महायुद्धादरम्यान लक्षावधी ज्यू वंशाच्या निरपराध लोकांची व युद्धकैद्यांची हत्या ही विसाव्या शतकातील अत्यंत निर्दय व मानवतेला काळिमा फासणारी घटना ज्या नराधमामुळे घडली तो ॲडॉल्फ हिटलर १९३३ मध्ये रीतसर निवडणूक जिंकून सत्तेवर आला होता. पण त्या आधी खूप वर्षांपासून त्याचे ज्यू विरोधी धोरण स्पष्ट झाले होते. या पृथ्वीतलावर ज्यू वंशाची एकही व्यक्ती जिवंत ठेवायची नाही व साऱ्या जगावर जर्मन आधिपत्य स्थापायचे हे स्वप्न बाळगणाऱ्या हिटलरचे धोरण सर्वज्ञात होते. १९२० च्या दशकादरम्यान केलेल्या भाषणांमध्ये ज्यूंचा कसलीही दया-माया न दाखवता वंशविच्छेद करणे कसे आवश्यक आहे याचा वारंवार उल्लेख करून जर्मन तरुण पिढीचे त्याने माथे भडकावले होते. तेव्हा तो होता एक राजकीय महत्त्वाकांक्षा बाळगणारा व जर्मनीच्या पहिल्या महायुद्धातील पराभवामुळे पेटून उठलेला तरुण! पण १९३३ मधे तो सत्तेवर आल्यावर ज्यूंचे समूळ उच्चाटन करणे याला नव्या सरकारी धोरणात सर्वोच्च प्राधान्य दिले गेले. आता त्यासाठी हिटलरला जर्मन सैन्य व इतर सरकारी यंत्रणा वापरता येणार होती. १९३३ ते ३८ या दरम्यान ज्यूंविरोधी धोरणाची पद्धतशीर अंमलबजावणी केली गेली. त्यामुळे हजारोंच्या संख्येने त्यांचे स्थलांतर होऊ लागले. ज्यू डॉक्टर, वकील व इतर व्यावसायिकांचे परवाने रद्द केले गेले, त्यांचे उद्योगधंदे बंद करायला लावले, त्यांच्या मिळकती सरकारजमा केल्या गेल्या, त्यांच्या मुलांना जर्मन शाळांमध्ये प्रवेश देणे बंद केले. ज्यू प्राध्यापक, शास्त्रज्ञ, कलाकार, लेखक यांना आपापले काम करण्यावर बंदी घालण्यात आली. यासाठी खास

कायदेही संमत केले गेले. ज्यूंची प्रार्थनास्थळे जाळण्यात येऊ लागली. ज्यूंवर हल्ले होऊ लागले. सरकारच्या जोडीला भडकलेल्या माथ्याचे जर्मन तरुणही ज्यूंवरील अत्याचारात सहभागी होऊ लागले.

पोलंडहून शेकडो वर्षांपूर्वी अनेक ज्यूंचे जर्मनीला स्थलांतर झाले होते. ते जर्मनीचे रहिवासी व नागरिक झाले होते. १९३८च्या ऑक्टोबरमधे अशा पोलीश वंशाच्या सतराहजार ज्यूंची हकालपट्टी जर्मन सरकारने पोलंडच्या दिशेला केली. त्या मागचा हेतू हा होता की त्यांनी जर्मनी सोडून पोलंडला जावे. पण दुर्दैवाने पोलंडच्या सरकारने त्यांचा स्वीकार करायचे नाकारले. ना इकडे ना तिकडे अशा अधांतरी अवस्थेत त्यांची कुचंबणा होऊ लागली. पोलंड-जर्मनी या सीमेजवळ भुकेजलेले, निवारा नसलेले, थंडीला व रोगराईला तोंड देत आपल्याला कुठेतरी आसरा मिळेल या आशेच्या किरणावर विसंबून ते दिवस कंठत होते. त्यांच्यापैकी एक होता हर्शल ग्रीन्झपॅन. सतरा वर्षांचा हर्शल सुरक्षा कर्मचाऱ्यांचा डोळा चुकवून फ्रान्सच्या हद्दीत शिरला. काही दिवसांनी लपत छपत तो पॅरिसला पोहोचला. एका गोदामात मोलमजुरी करून तो कसेतरी निभावत होता. पण मनातल्या असंतोषाची धग अजून विझली नव्हती. आपल्या आई-वडिलांवर व इतर ज्यू बांधवांवर होणाऱ्या उघड उघड अन्यायामुळे व अत्याचारामुळे तो वैफल्यग्रस्त झाला होता. त्यातून निर्माण झालेल्या सूड भावनेने त्याने पॅरिसमधील जर्मन दूतावासात काम करणारा अधिकारी अर्नस्ट व्हॉम रॅथ यांच्यावर गोळी झाडली, त्यात तो मरण पावला. हर्शलला पकडण्यात आले. नाझी नेत्यांनी त्याच्या या कृतीला अवास्तव प्रसिद्धी दिली व तिचा निर्देश ज्यूंनी जर्मनी विरुद्ध युद्धाची घोषणा केली आहे असा केला. त्या घटनेने संपूर्ण जर्मनीमध्ये ज्यू विरोधी अत्याचारांना ऊत आला. शेकडो ज्यूंना ठार मारले, त्यांची घरे जाळली, हजारोंना तुरुंगात डांबून टाकले. हे सर्व का, तर एका जर्मन अधिकाऱ्याची अत्याचाराला कंटाळलेल्या वैफल्यग्रस्त ज्यू तरुणाने हत्या केली म्हणून! ही होती सुरुवात एका महाभयानक अध्यायाची, प्रचंड प्रमाणावर पद्धतशीरपणे ज्यूंवर केलेल्या अत्याचारांची, त्यांच्या प्राणाहुतीची व एका अमानुष संहाराची!

एक सप्टेंबर १९३९ ला जर्मनीने पोलंडवर हल्ला केला व दुसऱ्या

महायुद्धाची ठिणगी पेटली! त्या पाठोपाठ त्यांनी १९४० मधे डेन्मार्क, नॉर्वे, हॉलंड, बेल्जियम, लक्झेमबर्ग व फ्रान्सवर तर १९४१ मधे युगोस्लाव्हिया, ग्रीस व सोव्हिएत युनियनवर हल्ले चढवले. त्या मागचा हेतू होता की या सर्व राष्ट्रांमधील ज्यूंचा संहार करायचा. 'फ्युरर' हिटलरची महत्त्वाकांक्षा होती की या पृथ्वीतलावर एकही ज्यू जिवंत ठेवायचा नाही व संपूर्ण जगावर आपले आधिपत्य स्थापून राज्य करायचे! जर्मन सैन्यांनी तीस लाख सोव्हिएत सैनिकांना युद्धबंदी करून डांबून ठेवल्याचे जेव्हा हिटलरला समजले तेव्हा त्याने आदेश दिला की त्या युद्धबंद्यांना पोसणे ही जर्मनीची जबाबदारी नाही. त्यांना कसलीही दयामाया दाखवू नये. युद्धविषयक आंतरराष्ट्रीय करार व कायदे गुंडाळून ठेवा! याचा परिणाम असा झाला की त्या तीस लाखांपैकी सहा लाखांना गोळ्या घालून ठार मारण्यात आले व उरलेल्यांना अन्न-पाण्यापासून वंचित ठेवून त्यांचे भूकबळी घेतले गेले.

पूर्वेला जर्मनीचे मित्रराष्ट्र जपानने चीनमधे सैन्य घुसवले. डिसेंबर १९४१ मधे जपानने अमेरिकेच्या पर्ल हार्बरवर केलेल्या हल्ल्यानंतर अमेरिका युद्धात उतरले. अमेरिका, युरोपियन राष्ट्रे, सोव्हिएत युनियन व चीन यांनी एकत्र येऊन जर्मनी व जपान विरुद्ध आघाडी उघडली.

युरोपच्या वेगवेगळ्या देशांत जेथे जेथे जर्मन सैन्य घुसले होते तेथे त्यांची एक महत्त्वाची जबाबदारी होती की ज्यूंना शोधून काढायचे व त्यांची रवानगी ठराविक छावण्यांमध्ये करायची. त्यासाठी रेल्वे किंवा ट्रक वापरायचे. जर्मनीच्या ताब्यात आलेल्या युरोपच्या वेगवेगळ्या भागात जवळ जवळ तीस छावण्या उभ्या केल्या होत्या. तेथे बऱ्याच सशक्त ज्यूंचा गुलामासारखा उपयोग करून घेतला जात असे. त्यापैकी काही छावण्या तात्पुरत्या निवासासाठी, तर बऱ्याचशा त्यांच्या कायमच्या विनाशासाठी वापरल्या जात होत्या. जर्मन सैनिकांना असे आदेश दिले होते की ज्यूंना त्यांच्या घरात घुसून ठार मारायचे नाही. त्याऐवजी त्यांना सांगायचे की तुम्हाला सुरक्षित स्थळी हलवायचे आहे म्हणून! युद्ध संपल्यावर तुम्ही परत तुमच्या घरी येणार आहात असेही त्यांना सांगितले जायचे. ज्यूंची रिकामी झालेली घरे, त्यातील सामान सैनिकांसाठी वापरले जायचे. घर सोडताना ज्यू आपल्या जवळच्या मौल्यवान वस्तू, दागदागिने, पैसे बरोबर घेऊन जायचे.

एकाच वेळी सहजतेने मोठ्या प्रमाणावर लोकांना कसे ठार मारायचे हा जर्मन नेत्यांसमोर एक यक्ष प्रश्न होता. त्यासाठी अनेक मार्ग सुचवले गेले व काही अजमावूनही पाहिले गेले. बंदुकीची गोळी डोक्यात झाडून ठार मारणे शक्य होते, पण त्यासाठी खूप वेळ, माणसे व सामुग्री लागणार होती. दोन आठवडे अन्नपाण्याविना कोंडून ठेवून मारण्याचा उपायही करून पाहिला. पण त्यासाठी खूप जागा लागायची व वेळही खूप जायचा. विषारी इंजेक्शन देऊन मारण्यालादेखील मनुष्यबळ लागायचे. ठार मारल्यानंतर मृतदेहांची विल्हेवाट लावायचेही मोठे काम असायचे. एका लांबलचक खंदकासमोर लोकांना रांगेत उभे करून दुरून बंदूकीच्या फैरी झाडून त्यांना अशा रितीने मारायचे की त्यांचे मृतदेह त्या खंदकात पडतील, असेही करून पाहण्यात आले. दुसऱ्या एका उपायात एका प्रचंड खड्ड्यात अनेक लोकांना घालून तेथे आधीच पेरलेल्या स्फोटकांचा दुरून स्फोट करायचा हा ही मार्ग अजमावला. अशा स्फोटांमधे बहुतांशी लोक मरायचे, तर काही जखमी होऊन विव्हळत पडायचे. मग त्यांना गोळ्या घालून ठार मारण्याचे कामही वाढायचे.

ज्यूंचे समूळ उच्चाटन करण्याची जबाबदारी पार पाडण्यासाठी जर्मन सैन्यामधे 'एसएस' म्हणजे 'शुल्झस्टाफेल' हा खास विभाग उघडण्यात आला होता. त्याचा मुख्य होता हिटलरचा उजवा हात हेन्रिक हिमलर. एकाच वेळी अनेक लोकांना कसे ठार मारायचे हा प्रश्न त्याला कित्येक दिवस भेडसावत होता. त्याचे कार्यालय राजधानी बर्लिनमधे होते.

त्या दिवशी त्याने त्याच्या हाताखाली काम करणाऱ्या जनरल रेनहार्ड हेड्रिक याला त्या विषयावर चर्चा करण्यासाठी पाचारण केले होते.

''रेनहार्ड, तुला मी आज मुद्दाम एका महत्त्वाच्या विषयावर चर्चा करण्यासाठी बोलावलं आहे. एकाच वेळी अनेक लोकांना ठार मारायचा सोपा व सुलभ उपाय शोधायची कामगिरी फ्यूररनी माझ्यावर सोपवली आहे.''

त्यावेळी अजमावून पाहिलेले इतर उपाय कसे त्रासदायक आहेत यावर दोघांचे एकमत झाले. बराच वेळ चर्चा झाल्यानंतर जनरल हेड्रिक म्हणाला,

''सर, मला तीन दिवस द्या. मी विचार करून पाहतो.''

''ठीक आहे. पण लक्षात ठेव की फ्यूरर खूप अस्वस्थ झाले आहेत. ते म्हणतात की अनावश्यक लोकांना जिवंत ठेवायचे म्हणजे एक मोठी कटकट आहे. त्यांच्यासाठी छावण्या उभ्या करा, त्यांच्यावर पहारा ठेवा, त्यांना खायला घाला... अशी अनेक कामे त्यामुळे वाढतात. अलिकडेच त्यांच्या निदर्शनास आले आहे की वेगवेगळ्या निवारा केंद्रात शारीरिक व मानसिक दोष असलेल्या जवळजवळ नव्वद हजार जर्मन नागरिकांना पोसलं जातंय. फ्यूरर म्हणतात की ज्यांचा कसल्याही कामासाठी उपयोग नाही त्यांना पोसत बसायची गरज नाही. त्यांचा व त्यापेक्षा महत्त्वाचा ज्यूंचा 'अंतिम निकाल' लावायचा प्रश्नही सुटलेला नाही.'' हिमलर म्हणाला.

''सर, मला प्रकरणाचं गांभीर्य कळलं आहे, मी तीन दिवसांनी पुन्हा आपल्याला भेटायला येईन.''

'हेल हिटलर'ची सलामी करून त्यांनी एकमेकांचा निरोप घेतला. जनरल हेड्रिकने आपल्या कार्यालयात पोहोचल्या पोहोचल्या आपल्या साहाय्यकामार्फत एका अधिकाऱ्यास तातडीने पाचारण केले.

पस्तीशीच्या उंच्यापुऱ्या एस्. एस्. कर्नल रूडॉल्फ राईकमनला जनरल हेड्रिकच्या कार्यालयात पोहोचायला फक्त पाचच मिनिटे लागली. राईकमन जनरल हेड्रिकच्या मर्जीतील एक अतिशय कर्तव्यदक्ष व हुशार अधिकारी होता. सलामी झाल्यावर जनरल हेड्रिक म्हणाला,

''रूडॉल्फ, एक महत्त्वाची कामगिरी आपल्याला पार पाडायची आहे. बैस!''

जनरल हेड्रिकने हिमलर बरोबर झालेल्या चर्चेचा सारांश राईकमनला सांगितला.

''रूडॉल्फ, तू शास्त्रशाखेचा पदवीधर आहेस. शास्त्रीय दृष्टिकोन वापरून मोठ्या प्रमाणावर माणसांना ठार मारायचा उपाय शोधू शकतोस?''

''सर, हा प्रश्न कधी ना कधी उद्भवणार याची मला खात्री होती, मी एका साध्या सोप्या उपायावर विचार करून ठेवला आहे.'' राईकमन आत्मविश्वासाने म्हणाला.

''असं? कोणता बरं?'' जनरल हेड्रिकने उत्सुकतेने विचारले.

''एका मोठ्या बंदिस्त खोलीत दोन-तीनशे लोकांना कोंडायचे व एका झडपेतून झिकलॉन-बी हा जहाल विषारी वायू सोडायचा. दहा-पंधरा मिनिटांत सर्व जण खलास होतील. नंतर मृतदेह भट्टीत घालून जाळून टाकायचे, बस्स!'' राईकमन म्हणाला.

''अरे वा! कोणाच्याही डोक्यात अशा प्रकारची कल्पना कधीच आली नाही. पण हा विषारी वायू आणायचा कुठून?''

''त्यात काहीच अडचण नाही. आपल्या ड्रेसडेन येथील रासायनिक प्रयोगशाळेकडे तो मोठ्या प्रमाणावर तयार करायची क्षमता आहे. छोट्या हवाबंद डब्यात तो भरला की एका ठिकाणाहून दुसरीकडे वागवायलाही सोपा!'' उत्तेजित झालेला राईकमन म्हणाला.

''ठीक आहे, रूडॉल्फ. आता तू एक काम कर. मला या प्रस्तावाचा एक अहवाल करून दे. त्यात या वायूची सविस्तर माहिती, तो तयार करायला लागणारी रसायनं, त्यासाठी येणारा खर्च हा सर्व तपशील नमूद कर. कधी देऊ शकशील मला?''

''उद्या सकाळी तो तुमच्या टेबलावर असेल!'' राईकमन उठत म्हणाला. जनरल हेड्रिकचा निरोप घेऊन तो लगबगीने आपल्या कार्यालियाकडे निघाला. कित्येक दिवस त्याच्या डोक्यात घोळत असलेल्या कल्पनेला मूर्त स्वरूप यायची चिन्हे दिसू लागली होती. त्याच्या डोक्यात विचार येऊ लागले की 'हा प्रस्ताव मान्य झाला तर आपले नाव फ्यूररपर्यंत जाईल. आपल्याला बढती व सैन्यात मानाचे स्थानही मिळेल. शिवाय जर्मनीच्या इतिहासात ज्यूंचा वंशविच्छेद करायला हातभार लावणारा एक कर्तबगार अधिकारी अशी आपली सुवर्णाक्षरात नोंद होईल!'

त्या दिवशी व रात्री जागून त्याने सविस्तर अहवाल तयार करून दुसऱ्या दिवशी सकाळी आठ वाजता जनरल हेड्रिकना सादर केला. हेड्रिकनी तो काळजीपूर्वक वाचला व हिमलरशी संपर्क साधला. हिमलरने जेव्हा तो अहवाल वाचला तेव्हा त्याच्या चेहऱ्यावर उठलेली समाधानाची छटा हेड्रिकच्या नजरेतून सुटली नाही. हिमलरने हेड्रिकचे आभार मानून त्याचा निरोप घेतला व तातडीने फ्यूररशी संपर्क साधला.

त्यानंतरच्या घडामोडी खूप पटपट घडल्या. हिटलरने त्या प्रस्तावाची

चाचणी घ्यायचे आदेश काढले. राईकमनच्या मार्गदर्शनाखाली चाचणीची तयारी सुरू झाली. तीन आठवड्यात सर्व तयारी पूर्ण झाली. राईकमनला त्यासाठी खास अधिकार दिले होते. ८ फेब्रुवारी १९४० या दिवशी ब्रेमेन या शहराजवळ एका अज्ञात स्थळी हिमलरच्या उपस्थितीत एकाच वेळी तीनशे अपंग जर्मनांना राईकमनने दहा मिनिटांत ठार करून दाखवले. झिकलॉन-बीची करामत पाहून सर्व उपस्थित आश्चर्यचकित झाले. त्या दिवशी संध्याकाळी हिटलरने राईकमनचे फोन करून अभिनंदन व कौतुक केले. राईकमनला आभाळ ठेंगणे वाटू लागले! दुसऱ्या दिवशी सकाळी त्याच्या बढतीचे आदेश आले. राईकमनवर अभिनंदनाचा वर्षाव होत होता.

त्यानंतर झिकलॉन-बी चा उपयोग नव्वद हजार अपंग जर्मन नागरिकांना खलास करण्यासाठी केला गेला. अजूनही ज्यूंच्या संहाराला सुरुवात झाली नव्हती. त्यांचा संहार करायचा की नाही यावर दुमत झाले होते. काहींच्या मते त्यांना गुलाम म्हणून राबवून घ्यावे, औद्योगिक उत्पादन वाढवावे व अर्थव्यवस्था सुधारावी असा होता. तर काहींच्या मते त्यांचा समूळ विनाश करावा असे होते. शेवटी असे ठरले की, जे धडधाकट आहेत त्यांना मजुरी करायला लावायची व इतरांना मारून टाकायचे.

१९४०-४१ मधे ऑशवित्झ छावणीच्या उभारणीस सुरुवात झाली. ऑशवित्झ पासून ५०-६० किलोमीटरच्या परिघात काही कारखाने व खाणी होत्या. त्यांना ऑशवित्झ मधून मजूर पुरवले जाऊ लागले. वेगवेगळे उर्जा प्रकल्प, सिमेंट प्रकल्प, शस्त्रास्त्रांचे कारखाने, बांधकामाचे व रेल्वेचे प्रकल्प, कोळशाच्या खाणी अशा ठिकाणी ज्यू मजूर पाठवले जाऊ लागले. युद्धाच्या शेवटी केलेल्या पाहणीनुसार ज्यूंचा व युद्धकैद्यांचा असा उपयोग करून घेतल्यामुळे तत्कालीन सरकारला कित्येक कोटी मार्कचा आर्थिक फायदा झाला होता. ऑशवित्झ छावणीचे काम पुरे होत आले त्यावेळी तिचा प्रमुख अधिकारी म्हणजे कमांडंट नेमण्यासाठी हेन्रिक हिमलरपुढे फक्त एकच नाव होते, रूडॉल्फ राईकमन!

१९३९ ते १९४५ या सहा वर्षांच्या कालावधीत जर्मनीच्या ताब्यात आलेल्या युरोपच्या इतर राष्ट्रांमध्ये ज्यूंचा वंशविच्छेद करायची

कामगिरी सैन्याच्या 'एस्एस्' पथकाने निर्दयपणे पार पाडली. अर्थात ते सर्व ज्यूंचा विनाश करू शकले नाहीत तरी त्यांनी केलेल्या संहाराची युद्ध संपल्यानंतर जमा केलेली आकडेवारी थक्क करून सोडणारी होती. हॉलंडमधे अडीच लाख, फ्रान्समधे पाच लाख, ऑस्ट्रियामधे दीड लाख, हंगेरीमधे साडेपाच लाख, रूमानियामधे साडेचार लाख, युगोस्लाव्हियामधे चौदा लाख, ग्रीसमधे चार लाख तर जर्मनीमधे चाळीस लाख निरपराध लोकांना प्राण गमवावे लागले. पण सर्वांत मोठ्या प्रमाणावर संहार झाला तो पोलंडमधे. तेथे जवळजवळ साठ लाख लोकांची हत्या झाली. या सर्व संहारात मृत्युमुखी पडलेले बहुतांशी लोक होते ज्यू! त्या साठ लाखांपैकी निम्म्याहून अधिकांना आपले प्राण गमवावे लागले ऑशवित्झ छावणीत.

पोलंडच्या दक्षिणेकडील ऑस्विसिम या शहराच्या उपनगरात उभारण्यात आलेली ऑशवित्झ छावणी भौगोलिक दृष्ट्या जर्मनांना खूपच सोयीची होती. संपूर्ण युरोपच्या जवळजवळ मध्यवर्ती ठिकाणी असलेल्या त्या छावणीकडे कोणत्याही दिशेने रेल्वेने जाता यायचे. मूळच्या ऑशवित्झपासून तीन किलोमीटर अंतरावर बिरकेनौ ही आणखी एक छावणी उभारण्यात आली. सुरुवातीला त्यांचा उपयोग ज्यूंना राबवून घेण्यासाठी केला जायचा. पण १९४२ च्या सुरुवातीस जेव्हा ज्यूंचे समूळ उच्चाटन करण्याचे धोरण नाझी जर्मनीने राबवायचे ठरवले तेव्हा त्या श्रमछावणीचे रूपांतर मृत्यू छावणीत केले गेले! राईकमनच्या मार्गदर्शनाखाली तेथे पद्धतशीरपणे संहारास सुरुवात झाली.

मृत्यूच्या माहेरघराचा सर्वाधिपती राईकमनचा जर्मन सैन्यामध्ये दबदबा वाढला. ज्यू व युद्धकैद्यांचा कुशलतेने व कल्पकतेने कायमचा निकाल लावणारा कार्यक्षम अधिकारी अशी त्याला प्रसिद्धी मिळाली!

❑

चार

पोलंड, जुलै १९९८

आंतरराष्ट्रीय रेडक्रॉसच्या नवी दिल्ली येथील विभागीय कार्यालयात माझी कायदा सल्लागार या पदावर नेमणूक होऊन जेमतेम पाच-सहा महिने झाले होते. दक्षिण आशियाई राष्ट्रांमध्ये युद्धविषयक मानवतावादी कायद्याचा प्रसार व अंमलबजावणीच्या प्रक्रियेला चालना देण्याची माझी जबाबदारी होती. या कायद्यावर वॉर्सा या पोलंडच्या राजधानीत आठ दिवसांचे एक अभ्यास सत्र आमच्या संस्थेच्या जिनिव्हा येथील मुख्य कार्यालयाने आयोजित केले होते. त्या अभ्याससत्रादरम्यान मी चार व्याख्याने द्यावीत असे आमच्या मुख्य कार्यालयातील या कार्यक्रमाचे संचालक अंत्वान बुव्हिए यांनी सुचवले. यथावकाश मी सोळा जुलैला वॉर्सात पोहोचलो. शहराजवळील एका शैक्षणिक संस्थेच्या आवारात तो कार्यक्रम होणार होता. राहायची व्यवस्थाही त्याच आवारात होती. तेथे पोहोचल्यावर अंत्वानची भेट घेतली. साधारण चाळिशीचा, जरा जाडा, भुरे केस व त्याच रंगाची दाढी असलेला अंत्वान व मी पहिल्या भेटीतच मित्रांप्रमाणे वागू लागलो. त्याचा स्वभाव मनमोकळा व दिलखुलास होता.

अभ्याससत्रास युरोपच्या वेगवेगळ्या देशांतून पंचवीस विद्यार्थी आले होते. ते सर्वजण वेगवेगळ्या विद्यापीठांमध्ये पदव्युत्तर शिक्षण घेत होते. सत्र सुरू होऊन तीन चार दिवस झाले असतील. संध्याकाळी अंत्वान व मी एका बारमधे पोलीश व्होडकाचा आस्वाद घेत गप्पा मारत बसलो होतो. अंत्वान मला म्हणाला,

"उमेश, येत्या शनिवारी आपल्याला सर्व विद्यार्थ्यांना घेऊन एका छोट्या अभ्यास दौऱ्यावर जायचं आहे.''

''असं? कुठे बरं जायचं आहे?'' मी उत्सुकतेने विचारले.

''ज्या ऑशवित्झ छावणीमधे दुसऱ्या महायुद्धादरम्यान लक्षावधी निरपराध ज्यू वंशाच्या लोकांचा व युद्धकैद्यांचा अनन्वित छळ केला गेला व त्यापैकी बहुतांशींची हत्या केली गेली तेथे एक स्मारक व वस्तुसंग्रहालय आहे. युद्धानंतर ती छावणी जशीच्या तशी जतन करून ठेवली आहे. त्याला आपण भेट देणार आहोत!'' अंत्वान म्हणाला.

''असं? ऑशवित्झबद्दल मी बरंच ऐकलं आहे.'' मी म्हणालो.

''युद्धांदरम्यान निरपराध लोकांवर कसे व किती अमानुष अत्याचार होऊ शकतात हे दाखवून द्यायला ऑशवित्झशिवाय दुसरे कोणते ठिकाण असू शकते?''

''तू म्हणतोस ते खरं आहे!''

जगातील महाभयानक जागांच्या यादीत अग्रक्रमावर असलेले एके काळचे मृत्यूचे माहेरघर पाहायला मिळणार म्हणून मी खूपच उत्सुक झालो होतो. पोलंडच्या दक्षिणेकडील ऐतिहासिक शहर क्राकौ इथे राहून आम्ही ऑशवित्झला भेट देणार होतो. क्राकौच्या पश्चिमेला ७० किमी. अंतरावरील ऑशवित्झला आम्ही सर्वजण रविवारी सकाळी पोहोचलो. अंत्वानने दोन वर्षापूर्वी ऑशवित्झ पाहिले होते. त्याची व ऑशवित्झ स्मारक व वस्तुसंग्रहालय यांची संचालिका सोफिया स्टॅनिस्लाव्ह हिची चांगली ओळख होती. तेथे पोहोचल्यावर तो मला तिच्या कार्यालयाकडे घेऊन गेला. आमच्या भेटीची तिला पूर्वकल्पना होती.

''हॅलो सोफिया, कशी आहेस तू?'' अंत्वान तिच्याशी हस्तांदोलन करत म्हणाला.

''मी ठीक आहे, तू कसा आहेस?'' सोफियाने विचारले.

''उत्तम. हा माझा दिल्लीचा सहकारी, उमेश कदम!'' अंत्वानने माझी व तिची ओळख करून दिली. मीही तिच्याशी हस्तांदोलन केले. जवळ जवळ पन्नाशीची सोफिया सौजन्यपूर्ण व प्रेमळ स्वभावाची वाटत होती. अंत्वानने मला सांगितले होते की सोफिया एक प्रसिद्ध इतिहासतज्ज्ञ आहे. विशेषतः ऑशवित्झचा इतिहास व तेथे घडलेला घटनाक्रम तिला मुखोद्गत होता. ती आम्हाला वस्तूसंग्रहालय दाखवायला घेऊन गेली.

"हे पहा ब्लँकेटस्. हे येथील बंदिवासात ठेवलेल्या ज्यू कैद्यांच्या केसापासून बनवले जायचे. ही हत्यारं व साखळ्या त्यांचा छळ करताना वापरल्या जायच्या..."

कित्येक जुने फोटोही तेथे पाहायला मिळाले. ज्यूंना रेल्वेतून उतरताना, छावणीमध्ये व इतरत्र त्यांना राबवून घेतानाचे बरेचसे फोटो होते. सर्व भुकेल्या व आजारी ज्यूंची कातडी हाडांच्या सांगाड्याला चिकटलेली असायची. लहान मुलांपासून ते म्हाताऱ्या कोताऱ्या लोकांपर्यंत पकडून आणलेल्या ज्यूंना तेथे काय वाढून ठेवले आहे याची तिळमात्र कल्पना नसायची.

बऱ्याच फोटोंमध्ये एक उंचापुरा, सैनिकी गणवेष घातलेला अधिकारी दिसत होता. त्याच्या हाताखालचे अधिकारी त्याच्या समोर अतिशय नम्रपणे उभे असलेले दिसले. करारी मुद्रेचा तो अधिकारी कठोर व क्रूर वाटत होता. त्या फोटोकडे पाहत सोफिया म्हणाली,

"तुम्ही रूडॉल्फ राईकमन विषयी नक्कीच ऐकलं असेल. हाच तो. १९४२ पासून १९४५ पर्यंत तो ऑशवित्झचा कमांडंट होता. येथे निरपराध ज्यूंवर जे अत्याचार झाले ते सर्व त्याच्या मार्गदर्शनाखाली केले जायचे. नाझी जर्मनीच्या वरिष्ठ अधिकाऱ्यांचाच काय, पण हिटलरचाही त्याच्यावर खूप विश्वास होता."

पुढे एका प्रचंड दालनामधे चामडी बॅगांचा व बुटांचा ढीग पडला होता. त्या सर्वांवर कसल्यातरी धारदार वस्तूने नावे कोरली होती. मला त्यावर नावे कुणी व कशासाठी कोरली याचा उलगडा होईना. मी सोफियाला त्याबद्दल विचारले.

"राईकमन येथे आणलेल्या ज्यूंना पोहोचल्या पोहोचल्या एक भाषण घ्यायचा. हा पहा त्याच्या भाषणाचा मसुदा. तो वाचल्यावर खुलासा होईल." तिने मला भिंतीवर टांगलेली एक काचेची फ्रेम दाखवली. त्यात तो मसुदा होता. मी तो चटकन वाचून काढला.

'स्त्री-पुरुष हो! या ऑशवित्झ निवाऱ्यात मी तुमचे स्वागत करतो. तुम्ही एका फार मोठ्या दिव्यातून पार पडला आहात. महायुद्धाची झळ सर्वांनाच बसली आहे. सुदैवाने तुम्ही त्यातून वाचला आहात. पण आज मी तुम्हाला एक आनंदाची बातमी सांगण्यासाठी तुमच्यासमोर उभा आहे. आता झाले गेले विसरून तुमचे व तुमच्यासारख्या इतर

अनेकांचे पुर्नवसन करायचे आम्ही ठरवले आहे. केवळ तुमच्या सुरक्षेसाठी तुम्हाला या निवाऱ्यामध्ये आणले आहे. युद्धसमाप्तीनंतर तुम्ही परत आपापल्या घरी परतणार आहात!

मला कल्पना आहे की कित्येक दिवस तुमच्या पोटामधे अन्नाचा कण गेलेला नाही. तुमच्यासाठी गरम गरम सूप, ब्रेड व स्ट्यू बनवायची तयारी सुरू आहे. तत्पूर्वी तुम्ही सर्वांनी स्वच्छ अंघोळ करणे आवश्यक आहे. तुम्हाला नवीन कपडेही दिले जातील. त्यासाठी माझे सहकारी तुम्हाला योग्य ते मार्गदर्शन करतील. आपण वेळोवेळी भेटत जाऊच. पण येथील सोयी व सुविधांमधे काही कमतरता भासली तर ती माझ्या निदर्शनास आणण्यामधे कृपा करून कसलाही संकोच बाळगू नका. धन्यवाद!'

"वाचलंस? त्याच्या या भाषणानंतर ज्यूंमधे आनंदाचे उधाण यायचे. ते एकमेकांना मिठ्या मारायचे. काहीजण तर आनंदाने बेहोष व्हायचे. सुरक्षा रक्षक नंतर त्यांना सांगायचे की तुम्ही आपापल्या वस्तू बॅगांमधे ठेवून द्या. अंघोळीनंतर त्या तुम्ही परत घेऊ शकता. पण तुम्हाला तुमची बॅग ओळखता यावी म्हणून तिच्यावर एखादी खूण करा किंवा तुमचे नाव कोरून लिहा. नंतर त्यांना दोन मोठ्या स्नानगृहासारख्या दिसणाऱ्या खोल्यांमधे नेलं जायचं. त्यांना सांगितलं जायचं की छोटी स्नानगृहे नसल्यामुळे एका मोठ्या स्नानगृहात पुरुषांनी व दुसऱ्यात स्त्रिया व मुलांनी जावे. तेथे वरील झरोक्यातून पाण्याचे फवारे सोडले जातील. कसे का असेना कित्येक दिवसानंतर अंघोळीची संधी मिळतेय याचा त्यांना आनंद व्हायचा. बरं, त्या खोल्यांमधे नेण्यापूर्वी त्यांना सगळे कपडे काढायला लावायचे. सर्वांचे केस कापले जायचे. कोणताही संसर्गजन्य आजार होऊ नये म्हणून ही पूर्वदक्षता आपण घेत आहोत हे कारण त्यांना सांगितलं जायचं. एकदा त्या खोल्यांमधे त्यांना नेलं की..."

सोफिया बोलता बोलता थांबली. तिच्या चेहऱ्यावरची खिन्नता स्पष्ट दिसत होती. पण तिने स्वतःला सावरले व पुढे सांगायला सुरुवात केली.

"एका खोलीमधे एका वेळेस जवळ जवळ पाचशे लोक मावायचे. आत खूप दाटीवाटी झालेली असायची. त्यांना आत घातल्यावर

दारांना बाहेरून कड्या लावल्या जायच्या सर्वांची नजर साहजिकच छताकडे असलेल्या झडपांकडे पाण्याची वाट पाहण्यात लागलेली असायची. इतक्यात झडपा उघडल्या जायच्या व पाण्याऐवजी झिकलॉन-बी हा विषारी वायू त्यातून सोडला जायचा. अंघोळ वगैरे सगळी फसवणूक होती. दहा मिनिटांनंतर जेव्हा सुरक्षा रक्षक दारे उघडत तेव्हा त्यांना दिसायचा मृतदेहांचा ढीग.''

दिशाभूल करून, खोट्या आशा पल्लवीत करून निर्दयपणे जीव घेण्याची ती पद्धत ऐकून अंगावर शहारे आले.

''चला तुम्हाला ते गॅस चेंबर्स दाखवते.'' असे म्हणून सोफिया आम्हाला तिकडे घेऊन गेली. जाडजूड दारे व बाहेरून मजबूत कड्या असलेल्या दारांतून आम्ही गॅसचेंबरमध्ये गेलो. पिवळसर-तपकिरी रंगाच्या भिंती व छतावर असलेल्या झडपा भयावह वाटत होत्या. या भिंतींनी किती निरपराध व निष्पाप जीवांचे अंतिम टाहो ऐकले असतील! दारांच्या आतील बाजूस आजही स्पष्ट दिसणारे नखांचे ओरखडे प्राण वाचवायच्या अंतिम खटपटीचे प्रतिक होते. अमानुषतेचे कळस गाठलेल्या कृत्यांना साक्षी असणाऱ्या त्या गॅसचेंबरमध्ये गेल्यावर तेथे घडलेल्या लाखोंच्या कत्तलीच्या कल्पनेने डोळ्यात पाणी न येईल तरच नवल!

तेथून सोफिया आम्हाला एका प्रयोगशाळेकडे घेऊन गेली. तेथे शस्त्रक्रियेसाठी लागणारी सामुग्री एका दालनात ठेवली होती. सोफिया सांगू लागली.

''राईकमनच्या हाताखाली अनेक अधिकारी इथे काम करायचे. त्यापैकी एक होता तिशीचा तरुण डॉक्टर जोसेफ मेंगेल. ज्यूंच्या हत्येमध्ये तोही सामील होताच, पण त्यांना ठार मारण्यापूर्वी त्यांच्यावर वैद्यकीय प्रयोग करून त्यांच्या निष्कर्षांचा उपयोग जर्मनांच्या फायद्यासाठी करून घेणे जरुरीचे आहे हे त्याने राईकमनला पटवून दिले होते. वंशा-वंशामधील फरक, शारीरिक व्यंगे यावर संशोधन करण्यासाठी ज्यूंचा उपयोग प्रयोगशाळेतील प्राण्यांप्रमाणे करायची मुभा मेंगेलला राईकमनने दिली होती.''

''पण हे प्रयोग त्यांना गॅसचेंबरमध्ये पाठवण्याआधी केले जायचे?'' मी सोफियाला विचारले.

''नाही, अशा प्रयोगातून कोणीही जिवंत राहायचं नाही. त्यांच्या

मृतदेहांची विल्हेवाट गुपचूपपणे लावली जायची. त्याचे सर्व काम गुप्त ठेवले जायचे!'' सोफियाने खुलासा केला.

''पण येथे प्रयोगांसाठी काही ठराविक लोकांनाच आणले जायचे?'' मी तिला विचारले.

''जेव्हा जेव्हा ज्यूंना घेऊन येणारी रेल्वे ऑशवित्झ स्टेशनवर यायची तेव्हा तेव्हा मेंगेल तेथे हजर असायचा. सर्व ज्यूंची तो बारकाईने पाहणी करायचा. त्याच्या इशाऱ्याबरोबर श्रमाच्या कामास योग्य असलेले ज्यू इतरांपासून वेगळे केले जायचे. त्यात काही पुरुष व काही स्त्रियांचा समावेश असायचा. इतर, म्हणजे म्हातारे-कोतारे, अशक्त, आजारी, अपंग, मुले व गरोदर स्त्रियांना लगेचच गॅसचेंबरकडे पाठवले जायचे. धडधाकट ज्यूंमधील काही जणांची निवड तो वैद्यकीय प्रयोगांसाठी करायचा.'' सोफिया म्हणाली.

''काय काय प्रयोग तो त्यांच्यावर करायचा?'' मी विचारले.

''एखाद्याच्या शरीरावर वेगवेगळ्या प्रकारच्या इजा केल्या असता मृत्यू यायला किती वेळ लागतो हे अजमावणे हा त्याचा आवडीचा प्रयोग. तसेच शरीराचा एखादा अवयव कापून तो दुसरीकडे जोडला तर त्याचा काय परिणाम होतो हे ही तो पाहायचा. हाताची बोटे कापून पायांच्या बोटांच्या ठिकाणी जोडणे तसेच संपूर्ण हात कापून पायाच्या ठिकाणी व पाय कापून हाताच्या ठिकाणी जोडणे असले क्रूर प्रयोग करणे हा त्याचा आवडीचा छंद होता!''

''तो जुळ्यांवर खूप प्रयोग करायचा असं मी वाचलं होतं!'' अंत्वान म्हणाला.

''हो खरं आहे ते. जुळ्यांना व त्यांच्या आयांना एका वेगळ्या ब्लॉकमधे ठेवलं जायचं. एखाद्या आईला तेथून दुसऱ्या ब्लॉकमधे हलवलं की समजायचं की तिची मुलं प्रयोगात मारली गेली. एकदा ७-८ वर्षांची जुळी मुलं छावणीत आणली गेली. त्यांच्यावर प्रयोग केले गेले. मेंगेलच्या मते त्यांना टी.बी. झाला होता. त्याच्या हाताखालच्या डॉक्टरांनी त्यांची तपासणी करून सांगितलं की त्यांना टी.बी. झालेला नाही. मेंगेलचा त्यांच्यावर विश्वास बसला नाही. दुसऱ्या दिवशी तो त्यांना म्हणाला की 'तुम्ही काल म्हणाला ते खरं होतं. त्यांना टी.बी. नव्हता.' त्या सकाळी मेंगेलने त्या जुळ्यांच्या मानेत गोळ्या घालून

ठार मारलं व त्यांची शरीरं थंड व्हायच्या आतच त्यांची चिरफाड करून त्यांना टी.बी.ची लागण झालेली आहे की नाही याची खात्री करून घेतली.

आम्ही ऑशवित्झहून क्राकौला जायला निघालो. संध्याकाळचे पाच वाजले होते. संपूर्ण दिवस नाझी अत्याचारांच्या कथा ऐकून मन विषण्ण झाले होते. सोफिया आमच्या बरोबर क्राकौला व तेथून वॉर्साला तीन दिवसांसाठी येणार होती. त्या अभ्याससत्रात तिची तीन व्याख्याने होणार होती. बसमधे अंत्वान, सोफिया व मी एकत्रच बसलो होतो. मी तिला विचारले,

"सोफिया, तुला ऑशवित्झची इतकी सखोल माहिती कशी काय?"

"मी ऑशवित्झच्या इतिहासावर संशोधन करून हायडेलबर्ग विद्यापीठाची डॉक्टरेट जवळजवळ पंधरा वर्षांपूर्वी संपादन केली. माझा तो प्रबंध पुस्तकरूपाने प्रकाशितही झाला आहे. अलिकडेच माझं 'ऑशवित्झचा नराधम' हे रूडॉल्फ राईकमनच्या आयुष्यावर व त्याच्या दुष्कृत्यांवर प्रकाश टाकणारं पुस्तकही प्रकाशित झालं आहे!"

"खरंच, तुझ्या तपस्येची कमाल आहे!" मी म्हणालो.

"ऑशवित्झचे अत्याचार साऱ्या जगासमोर आणायच्या कामाला मी वाहून घेतलं आहे. आजही असंख्य सुशिक्षित लोकांना तेथे काय काय घडलं याचे बारकावे ठाऊक नाहीत. तुम्हा दोघांना मी कित्येक घटना वेळेअभावी सांगू शकले नाही!"

त्यावर अंत्वान म्हणाला,

"सोफिया, आज संध्याकाळी आपण तिघे जेवायला जाऊया? तेथे व वॉर्सातील तुझ्या वास्तव्यादरम्यान आपल्याला गप्पा मारायला खूप वेळ मिळेल."

"छान कल्पना आहे, आपण जाऊ जेवायला."

आम्ही हॉटेलवर पोहचून थोड्या वेळाने तयार होऊन जवळच्याच एका पोलीश रेस्टॉरंटमधे गेलो. अंत्वानने रेड वाईन मागवली. वेटरने आमचे ग्लास भरले. सोफियाचे घर क्राकौमधेच होते.

"सोफिया, तू क्राकौमधे बरीच वर्षे राहते आहेस का?" मी वाईन घेता घेता विचारले.

''हो, गेली जवळ जवळ वीस वर्षें. माझे पती डेव्हिड स्टॅनिस्लाव्ह येथील एका मोठ्या उद्योग समूहात इंजिनियर आहेत. घरी आम्ही दोघेच असतो. सध्या ते कामानिमित्त पॅरिसला गेले आहेत. इथून मला रोज ऑशवित्झला जाणं तसं फारसं त्रासाचं नाही. डेव्हिडचं ऑफिस आमच्या घराजवळच आहे. मला ऑशवित्झच्या आवारात राहायला घर मिळालं होतं, पण तेथे मी कधीच राहिले नाही. आमच्या विवाहास बावीस वर्ष होत आली. आम्ही क्राकौमधेच घर करायचे ठरवले. शिवाय...''

सोफिया बोलायचे थांबली. थोड्या वेळाने ती स्वत:च म्हणाली.

''शिवाय जे घर मला मिळालं होतं ते एके काळी राईकमनचं निवासस्थान होतं! अर्थात त्याला डागडुजी करून नवीन रूप दिलं होतं, पण त्या घरात राहण्याची माझी इच्छा नव्हती!''

''ज्या घरात तो नराधम वावरला तेथे राहणं तुझ्या मनाला प्रशस्त वाटलं नाही हे मी समजू शकतो. पण सोफिया, राईकमनचं व्यक्तिमत्व कसं होतं?'' मी विचारले.

वाईनचा एक घोट घेऊन सोफिया सांगू लागली.

''करारी, अभ्यासू व शिस्तबद्ध व्यक्तिमत्त्वाच्या राईकमनचा जन्म रोस्टॉक या जर्मनीच्या उत्तरेकडील लहान गावात १९०८ साली एका शेतकरी कुटुंबात झाला. त्याला एक मोठा भाऊ व लहान बहीण होती. वडील वॉल्टर अतिशय कष्टाळू. घरी शेती बऱ्यापैकी होती. रूडॉल्फची अभ्यासामधे चांगली प्रगती होती. त्याला शेतीमधे रस नव्हता. शालांत परीक्षा उत्तम मार्कांनी उत्तीर्ण झाल्यावर त्याने महाविद्यालयीन शिक्षणासाठी रोस्टॉकजवळील हॅम्बर्ग या शहरात जायचे ठरवले. त्याला इतिहास व रसायनशास्त्र हे अर्थाअर्थी संबंध नसलेले दोन विषय खूप आवडायचे. पण इतिहासात प्रावीण्य मिळवून नोकरी मिळण्याची शक्यता कमीच होती. म्हणून त्याने शास्त्रशाखेत प्रवेश घेतला. इतिहासाची पुस्तके तो फावल्या वेळी वाचत असे. त्याला वेगवेगळ्या भाषा आत्मसात करायलाही आवडायचे.

पहिल्या महायुद्धात जर्मनीचा पाडाव का झाला याचा त्याने सखोल अभ्यास केला होता. अनेक तरुण राष्ट्रवादी जर्मनांप्रमाणे त्याचेही मत होते की ज्यू व साम्यवादी यांच्यातील संगनमताने

जर्मनीला त्या महायुद्धात पराभव स्वीकारावा लागला. याचा बदला घेतला पाहिजे असे त्याचे ठाम मत होते. १९२० च्या दशकामधे हिटलरने ज्यूंविरोधी केलेल्या भाषणांचा त्याच्या तरुण मनावर खूप प्रभाव पडला होता.

१९३० साली रसायनशास्त्राची पदवी मिळवल्यावर लगेचच एका औषध कंपनीत त्याला नोकरी मिळाली. पण त्या नोकरीत तो आनंदी नव्हता. त्याच सुमारास हिटलर सत्तेवर आला. त्याने जर्मन तरुणांना देशासाठी सैन्यात दाखल व्हायचे आवाहन केले. रूडॉल्फ त्या आवाहनाचा गंभीरपणे विचार करू लागला. एके दिवशी त्याने नोकरीचा राजीनामा दिला व तो सैन्यात दाखल होण्यासाठी बर्लिनला रवाना झाला. उत्कृष्ट व्यक्तिमत्त्व, सुदृढ शरीरयष्टी व उच्चशिक्षित असल्यामुळे त्याची अधिकारी म्हणून सेकंड लेफ्टनंट या पदावर निवड व्हायला काहीच अडचण आली नाही.

ऑशवित्झचा कमांडंट झाल्या झाल्या राईकमनने तेथील सर्व सूत्रे ताब्यात घेतली. तेथे पन्नास कर्मचारी काम करत होते. त्याच्या हाताखाली काम करायला त्याने अतिशय काळजीपूर्वकपणे निवडलेल्या बारा अधिकाऱ्यांचा एक संच तयार केला. प्रशासकीय कामात मदत करणारा त्याचा एक अत्यंत विश्वासू व एकनिष्ठ अधिकारी होता कॅप्टन हॉन्स बौमन. सत्तावीस वर्षांचा हॉन्स अतिशय कर्तव्यतत्पर होता. राईकमन त्याची बरीचशी महत्त्वाची कामे हॉन्सवर सोपवायचा. त्याने पूर्वी राईकमनच्या हाताखाली काम केले होते. त्याची कार्यक्षमता राईकमनच्या लक्षात होती. ऑशवित्झला राईकमनची नेमणूक झाल्यावर त्याने हॉन्सची तिकडे बदली करून घेतली होती. त्या छावणीचे काम सुरू होण्याआधी एके दिवशी राईकमनने हॉन्सला आपल्या कार्यालयात बोलावून घेतले.

"हॉन्स, बैस. मला तुझ्याशी एका महत्त्वाच्या गोष्टीविषयी बोलायचं आहे. पण लक्षात ठेव, ही चर्चा फक्त आपल्या दोघांतच राहिली पाहिजे."

"सर, आपण त्या बाबत अगदी निश्चिंत रहा. माझा प्राण जायची वेळ आली तरी अशा गोपनीय गोष्टींची वाच्यता मी करणार नाही."

राईकमनला त्याची खात्री होतीच. त्याच्या प्रमाणे हॉन्स सुद्धा

अविवाहित होता. बच्याचवेळा पुरुष आपल्या पत्नी किंवा प्रेयसीजवळ मन हलकं करतात व कळत नकळत गोपनीय गोष्टींची वाच्यता होते असे राईकमनचे मत होते. हॅन्सच्या बाबतीत तसं होण्याची शक्यता नव्हती.

"हे पहा हॅन्स, तुला ठाऊक आहे की ज्यूंची पहिली तुकडी एक आठवड्याने इथे पोहोचणार आहे. ते इथे पोहोचल्यापासून त्यांची कायमची विल्हेवाट लावेपर्यंत आपल्याला काय काय करावे लागणार आहे याची आपण परवाच्या बैठकीत चर्चा केली आहेच. पण त्यावेळी इतर अधिकारी उपस्थित होते म्हणून एका गोष्टीबाबत मी जास्त खुलासा केला नव्हता, त्याबाबत आज मला तुझ्याशी बोलायचं आहे." राईकमन म्हणाला.

"कोणत्या बाबतीत, सर?"

"हॅन्स, जेव्हा आपण त्या लोकांना सांगू की तुम्हाला आता अंघोळीला जायचं आहे तेव्हा त्यांच्या बॅगा आपण एका खोलीत ठेवून घेणार आहोत."

"हो सर, आपण त्यांना त्यांची नावं बॅगांवर कोरायला सांगणार आहोत."

"अगदी बरोबर! मला अलीकडेच वरून आदेश मिळाला आहे की त्यांच्या जवळ ज्या मौल्यवान वस्तू, दाग-दागिने सापडतील त्यांची व्यवस्थित नोंद करून वेळोवेळी ते खास बंदोबस्तात मध्यवर्ती कोषागारात जमा करायला पाठवायचे आहेत. तेव्हा मौल्यवान गोष्टी काढून घेऊन त्या बॅगेतील इतर नको असलेल्या कपड्यालत्त्यांची विल्हेवाट लावायचं काम तुझ्या देखरेखीखाली गुप्तपणे झालं पाहिजे!"

"सर, तुम्ही या बाबतीत निर्धास्त रहा. ही जबाबदारी मी अतिशय काळजीपूर्वकपणाने पार पाडेन!"

ऑशवित्झमधे काम करणाऱ्या सर्व अधिकाऱ्यांची राहण्याची सोय रेल्वेस्टेशन समोरील एका खास वसाहतीत केली होती. ती वसाहत छावणीपासून थोडी दूर होती. तिला उंच तारांचं कुंपण होतं. प्रवेशदारावर सदैव पहारेकरी असत. ज्यू मजूरांच्या साहाय्याने त्या वसाहतीचा संपूर्ण परिसर सदैव स्वच्छ व टापटीप ठेवलेला असायचा. वसाहतीच्या परिसरात फुलांचे वाफे व लॉन होते. राईकमनचा बंगला

प्रवेशद्वारातून शिरल्यावर समोरच होता. राईकमन सकाळी सहाला उठून आठ किलोमीटर धावून यायचा. त्याने आपली प्रकृती उत्तम ठेवली होती. सकाळी आठ वाजता नाश्ता करून कार्यालयात गेला की संध्याकाळी सहालाच तो परतायचा. दुपारचे जेवण त्याच्या कार्यालयात पाठवले जायचे. संध्याकाळी बंगल्यावर गेल्यानंतर अंघोळ करून तो वाचनामधे वेळ घालवायचा. त्याला इतिहास, राज्यशास्त्र व अर्थशास्त्र या विषयांवरची पुस्तके वाचायची आवड होती.

राईकमनच्या बंगल्यावर दोन कर्मचारी होते. एक होता जर्मन सैन्यातील आचारी, बर्ट. त्याचे काम फक्त जेवण बनवायचे. दुसरा होता ज्यू कैदी, लेस्ली. त्याचे काम इतर घरकाम पाहायचे होते. बर्टला बंगल्याच्या मागे आऊटहाऊसमधे रहायची जागा दिली होती. पण लेस्ली फक्त सकाळी दहा ते संध्याकाळी पाच पर्यंतच काम करायचा. त्याची रहायची व्यवस्था मजुरांच्यासाठी असलेल्या कोठडीत केलेली होती.

१९४३च्या एप्रिलमधे ऑशवित्झला पोहोचलेल्या महिला कैद्यांच्या एका तुकडीबरोबर इलेनॉर हॉडिज् या ऑस्ट्रियन राजकीय महिला कैदीला पाठवण्यात आले. नाझी जर्मनीने संपूर्ण ऑस्ट्रिया आपल्या ताब्यात घेतला होता. जर्मनीचे ज्यू विरोधी धोरण व त्यांनी घेतलेला ऑस्ट्रियाचा ताबा यामुळे तेथील तरुण पिढीमधे असंतोष खदखदत होता. ऑस्ट्रियन विद्यार्थ्यांची एक भूमिगत संघटना होती. नाझीविरोधी जनमत तयार करायचा त्यांनी चंग बांधला होता. जर्मन 'गेस्टापो' या पोलीस यंत्रणेला त्याची कुणकूण होतीच. ते त्या संघटनेच्या सदस्यांचा शोध घेण्याचा व त्यांच्या हालचालींवर पाळत ठेवायचा कसोशीने प्रयत्न करत होते. इलेनॉर त्या संघटनेची सदस्य होती. चोवीस वर्षांची इलेनॉर व्हिएन्ना विद्यापीठात समाजशास्त्राचा अभ्यास करत होती. तिचे मूळ गाव व्हिएन्नाच्या दक्षिणेला जवळ जवळ दोनशे किलोमीटर अंतरावरचे आयसेनबर्ग हे होते. आई, वडील व थोरला भाऊ गावीच असत. ती एका मैत्रिणीबरोबर एका भाड्याच्या खोलीत राहायची.

गेस्टापोंना तिच्या हालचाली शंकास्पद वाटल्या. तिच्यावर पाळत ठेवून त्यांनी एके रात्री तिच्या खोलीवर छापा घातला. दोघीही त्या संघटनेच्या कामात सहभागी झाल्या होत्या. त्यांच्या खोलीत गेस्टापोंना

काही आक्षेपार्ह कागदपत्रे मिळाली. त्या दोघींना अटक केले. इलेनॉरची रवानगी ऑशवित्झला तर तिच्या मैत्रिणीची ग्रॉस रोझेन छावणीत करण्यात आली.

ऑशवित्झला येणाऱ्या बहुतेक स्त्रियांना गॅसचेंबरकडे पाठवण्यात यायचं. पण काही स्त्रियांना मजूर केलं जायचं. कपडे धुणे, जेवण बनवणे, इस्त्री करणे, कपडे शिवणे अशा कामांसाठी महिला मजूर वापरले जायचे. स्टेशनवर डॉ. मेंगेल प्रत्येक वेळी हजर राहून कोणाला मजुरीसाठी ठेवून घ्यायचे हे ठरवायचा. अशा सर्वांना अंघोळ झाल्यानंतर वैद्यकीय तपासणीसाठी त्याच्या दवाखान्यात जावे लागायचे. राईकमन त्यावेळी कधी कधी हजर असायचा.

इलेनॉरला डॉ. मेंगेलने मजुरीसाठी निवडले होते. ती वैद्यकीय तपासणीसाठी जेव्हा त्याच्या दवाखान्यात हजर झाली त्यावेळी राईकमन तेथेच होता. डॉ. मेंगेलने तिची शारीरिक तपासणी करून तिला कसलाही आजार नाही याची खात्री करून घेतली. तिला चौकशीसाठी त्याच्या कार्यालयात नेण्यात आले. त्याने प्रश्न विचारायला सुरुवात केली.

''नाव?''

''इलेनॉर हॉडिज्''

''वय?''

''चोवीस''

''धर्म?''

''कॅथॉलिक ख्रिश्चन''

''व्यवसाय?''

''विद्यार्थी''

''नागरिकत्व?''

''ऑस्ट्रियन''

त्यावर डॉ. मेंगेल म्हणाला,

''ऑस्ट्रियन हे नागरिकत्व होऊ शकत नाही. सर्व ऑस्ट्रियन जर्मनच आहेत!''

''ठीक आहे, जर्मन.'' इलेनॉर नाईलाजाने म्हणाली. उलट उत्तर देण्याचा प्रश्नच उद्भवत नव्हता.

''कोणती कामं येतात?''

''कोणतीही करू शकते. धुणं-भांडी, स्वयंपाक, साफ-सफाई वगैरे.'' भेदरलेल्या नजरेने ती म्हणाली. आपण काही काम करू शकलो नाही तर आपल्याला मारून टाकलं जाईल अशी तिची खात्री होती. जीव वाचवायला कोणतंही काम करायची तिची तयारी होती.

''ठीक आहे. तू आजपासून भटारखान्यात कामाला जायचं.'' डॉ. मेंगेलने आदेश दिला.

राईकमन आपल्या कार्यालयात गेला, पण कामात त्याचे लक्ष लागेना. वारंवार इलेनॉरचा चेहरा त्याच्या डोळ्यासमोर येऊ लागला. निळ्या डोळ्यांची, भुऱ्या कुरळ्या केसांची इलेनॉर अतिशय सुंदर होती. ऑशवित्झच्या ढगळ गणवेषात देखिल तिचे लयबद्ध शरीर मोहक दिसत होते. राईकमन तसा स्त्रियांच्या मोहापासून काहीसा दूरच राहिला होता. पूर्वी बर्लिनमधे काम करताना सैन्यातील वैद्यकीय सेवेत असलेल्या एका नर्सशी त्याचा संबंध होता. पण त्याने लग्न करायचे नाही असे पक्के ठरवले होते. पूर्वी काही वरिष्ठ अधिकाऱ्यांनी आपल्या मुलींविषयी राईकमनला विचारणा केली होती, पण त्याने ठामपणे नकार दिला होता. आपल्या कामाला त्याने वाहून घ्यायचे ठरवले होते. अर्थात अधूनमधून त्याला स्त्री सहवासाची ओढ लागायची, पण त्याने त्याच्या इच्छा काबूत ठेवल्या होत्या. ऑशवित्झमधले कर्मचारी राजरोसपणे महिला ज्यू मजूरांवर लैंगिक अत्याचार करत. राईकमन त्याकडे काना डोळा करायचा. व्यक्तिशः ज्यू महिलेशी संबंध ठेवणे त्याला आवडत नव्हते. इलेनॉर ज्यू नव्हती!

दुसऱ्या दिवशी त्याने आपल्या साहाय्यकाला कार्यालयात बोलावले.

''रॉजर, सध्या बंगल्यावर काम करणारा लेस्ली थकला आहे. त्याच्याकडून काम नीट होत नाही. त्याला गॅसचेंबरकडे पाठवा. त्याच्या जागी काल इलेनॉर हॉडिज् नावाची एक मुलगी आली आहे तिला पाठवायची व्यवस्था कर!'' राईकमनच्या हातातच तिथला सगळा कारभार असल्यामुळे फक्त आदेश द्यायचा अवकाश, त्याची इच्छा पुरी होण्यात काहीच अडचण नव्हती. तसा पत्राशीचा लेस्ली काम व्यवस्थित करायचा, पण त्या बिचाऱ्याचे दिवस भरले होते.

इलेनॉरला भटारखान्याऐवजी कमांडंटच्या बंगल्यावर काम करावे लागणार हे समजल्यावर आश्चर्याचा धक्काच बसला. राईकमनच्या

हेतूची तिला शंका आल्यावाचून राहिली नाही. पण तोंडातून 'ब्र' काढायची तिची हिंमत नव्हती. प्रश्न जिवंत राहण्याचा होता. तिची कामाची वेळ दुपारी दोन ते रात्री दहा अशी ठरवण्यात आली. तिने कामावर जायला सुरुवात केली. संध्याकाळी राईकमन बंगल्यावर आला की ती त्याला अंघोळीची तयारी करून द्यायची, कपडे काढून ठेवायची, त्याच्या इच्छेप्रमाणे वाईन किंवा बिअरचा ग्लास काढायची, त्याला जेवायला वाढायची व नंतर भांडी-कुंडी आवरून दहा वाजता निघून जायची. बर्ट संध्याकाळचे जेवण बनवून सात वाजता आपल्या आऊटहाऊसकडे निघून जायचा. सुरुवातीचे काही दिवस राईकमनने आपल्या हेतूची तिला जाणीव करून दिली नाही. पण हळूहळू त्याने आपला हेतू प्रकट केला. शेवटी तिची भीती खरी ठरली!

ज्या नाझी नराधमांच्या अत्याचाराविरुद्ध धाडसाने आवाज उठविण्यात तिने पुढाकार घेतला होता त्यांच्यापैकी एकाशी शय्यासोबत करायचा प्रसंग आपल्यावर येईल असे तिला कधीच वाटले नव्हते. नाझी अधिकाऱ्यांची तिला घृणा होती. आता राईकमनच्या अत्याचाराला कसे सामोरे जायचे या विचाराने ती घाबरून गेली होती. प्रतिकाराचा परिणाम काय होईल याची तिला पूर्ण कल्पना होती. शेवटी मन घट्ट करून त्याचे अत्याचार सहन करायचे ठरवले. त्याला प्रतिकार करायचा नाही व प्रतिसादही द्यायचा नाही अशी भूमिका तिने घेतली.

स्वयंपाकी बर्ट सोडला तर राईकमनच्या इलेनॉरबरोबरच्या संबंधाची कल्पना कोणाला नव्हती. अर्थात बाकीचे अधिकारी अंदाज बांधू शकत होते, पण त्याची वाच्यता करण्याची कोणाची हिंमत नव्हती. राईकमनने बर्टलाही तंबी देऊन ठेवली होती की घरी काय चालते हे बाहेर बोलायचे नाही. सौंदर्याने मुसमुसलेल्या इलेनॉरचा राईकमन हक्काने उपभोग घेऊ लागला. तिची आता देवाजवळ एकच प्रार्थना होती की तिला गर्भधारणा होऊ नये. राईकमनपासून तिला जर मूल झाले तर तिच्या उर्वरित आयुष्यात विचित्र गुंतागुंत होणार हे उघडच होते. एकीकडे आई या नात्याने त्या निष्पाप बालकाचे संगोपन करायचे, त्याला आईची माया द्यायची व दुसरीकडे ज्या नराधमाने आपल्यावर असहनीय अत्याचार केले त्याची प्रतिमा त्या बालकामधे पाहायची यामुळे जगणे असह्य व्हायची शक्यता होती.

सोफिया सांगत असलेली ती कहाणी अंत्वान व मी मंत्रमुग्ध होऊन ऐकत होतो.

"सोफिया, त्या इलेनॉर हॉडिज्चा युद्ध संपल्यावर काही तपास लागला का?" मी विचारले.

"स्टीफन मर्फी या इतिहास संशोधकाने आपल्या एका पुस्तकात तिच्याविषयी लिहिलं आहे. त्याने तिला शोधायचा खूप प्रयत्न केला. त्याला बरीच माहिती मिळाली!" सोफिया म्हणाली.

"ती जिवंत आहे अजून?" अंत्वानने विचारले.

"नाही. तशी तिची शोकांतिकाच झाली. १९४५ मधे ऑशवित्झचा ताबा मित्रराष्ट्रांच्या फौजांनी घेतल्यावर तिची अर्थातच मुक्तता झाली. ती जेव्हा आयसेनबर्ग या आपल्या गावी पोहोचली तेव्हा तिला समजले की तिचे कुटुंब एका हवाई हल्ल्यात ठार झाले. तिची बर्नडॉर्फ या ऑस्ट्रियातीलच गावी एक मावशी राहायची. इलेनॉर आपल्या मावशीच्या शोधात बर्नडॉर्फला पोहोचली. मावशी जिवंत होती. तेथे पोहोचल्यावर तिच्या लक्षात आले की आपल्याला दिवस गेले आहेत. ज्या गोष्टीला ती घाबरत होती, नेमकी तीच घडली होती. राईकमनचे मूल तिला जन्माला घालायचे व वाढवायचे नव्हते. पण कॅथॉलिक ख्रिश्चन असल्यामुळे गर्भपातही करता येत नव्हता. तिला सप्टेंबर १९४५ मधे मुलगी झाली असं स्टीफन मर्फी याचं म्हणणं आहे!"

"म्हणजे आज राईकमनची मुलगी हयात आहे तर?" मी आश्चर्याने विचारले.

"असावी, पण पुढे इलेनॉर व तिच्या मुलीचा पत्ताच लागला नाही. बरेचसे संशोधक बर्नडॉर्फपर्यंत गेले. वयोवृद्ध लोकांजवळ खूप चौकशी केली. १९४५मधे हयात असलेल्या काहींनी इलेनॉरला मुलगी झाल्याचे खात्रीने सांगितले, पण पुढे तिचे काय झाले हे मात्र कोणी सांगू शकले नाही. स्टीफन मर्फी जेव्हा बर्नडॉर्फ येथे १९७४ च्या सुमारास गेला तेव्हा त्याला तिथल्या कबरस्थानात 'इलेनॉर हॉडिज् ३ ऑगस्ट १९११ ते १४ जून १९७०' अशी अक्षरे कोरलेली एक कबर पाहायला मिळाली. ती त्याच इलेनॉरची असावी असा त्याने अंदाज

वर्तवला. तिच्या मुलीला शोधायचा त्याने कसोशीने प्रयत्न केला पण त्याला किंवा इतर इतिहास संशोधकांना त्यात यश आलं नाही!''

''आज ती कुठे असेल कुणास ठाऊक! कदाचित तिला आपण राईकमनची मुलगी आहोत हे ठाऊकही नसेल!'' मी म्हणालो.

''ती शक्यताही नाकारता येत नाही.'' असे म्हणून सोफियाने आम्हाला विचारले,

''युद्ध संपल्यावर राईकमनचे पुढे काय झाले हे तुम्ही दोघांनी नक्कीच वाचलं असणार, होय ना?''

अंत्वानने होकारार्थी मान हलवली. मी म्हणालो,

''मी ही त्याच्याबाबतीत काही लेख वाचले आहेत, पण तुझ्यासारख्या त्या प्रकरणाचा सखोल अभ्यास केलेल्या तज्ज्ञ व्यक्तीकडून त्याच्या नंतरच्या आयुष्यातील इतर 'अध्याय' ऐकायला मिळाले तर ती एक पर्वणीच ठरेल!''

वाईनचा एक घोट घेऊन सोफिया म्हणाली,

''अगदी आनंदाने सांगेन! पण तुम्हा दोघांना ऐकायला वेळ आहे ना?''

''नक्कीच! आपल्या आजच्या गप्पा अपुऱ्या राहिल्या तर त्या आपण वॉर्सामधे चालू ठेवू. नाहीतरी तू आमच्याबरोबर चार दिवस राहाणार आहेसच!'' अंत्वान म्हणाला.

''ठीक आहे तर!''

काही क्षण सोफिया डोळे मिटून विचार करत बसली. नंतर ती सांगू लागली व आम्ही दोघे लक्षपूर्वक ऐकू लागलो.

''युद्ध संपल्यावर राईकमनचे काय झाले हे समजून घेण्यासाठी आपल्याला जवळ जवळ पन्नास वर्षापूर्वींच्या त्या वेळी नुकत्याच अस्तित्वात आलेल्या ईस्रायलच्या निर्मितीच्या सुमारास घडलेल्या घटनांपासून सुरुवात करावी लागेल.''

पाच

तेल अवीव, जून १९४८

ईस्रायलचे पंतप्रधान डेव्हिड बेन गुरियन यांनी परराष्ट्र मंत्रालयातील राजकीय व्यवहारखात्याचे प्रमुख रूव्हेन शिलोआ यांना भेटायला बोलावले होते. त्यांच्यावर पंतप्रधानांचा खूप विश्वास होता. शिलोआ राजनितीतज्ज्ञ होते. नुकत्याच अस्तित्वात आलेल्या ईस्रायलच्या सरकारपुढे अनेक आव्हाने होती. सरकारी यंत्रणाही त्यावेळी जुजबीच होती.

"रूव्हेन, आपल्याला कोणकोणत्या परकीय शक्तींपासून धोका आहे याची इत्थंभूत माहिती सतत काढण्याची गरज आहे." पंतप्रधान म्हणाले.

"खरंय ते. परराष्ट्र मंत्रालयात एक विभाग आंतरराष्ट्रीय हालचालींवर नजर ठेवून आहे!" शिलोआ म्हणाले.

"पण तेवढ्यावर भागणार नाही. आपल्याला कशापासून कसला धोका आहे यासाठी बारीक-सारीक तपशील गोळा करून त्याचे विश्लेषण केले पाहिजे. अशी माहिती गोळा करायला एक खास संस्था उभी करावी असं माझं मत आहे." पंतप्रधान म्हणाले.

"तसं केलं तर फारच उत्तम." शिलोआ त्यांना दुजोरा देत म्हणाले.

"तुम्ही असं करा, एका नव्या 'विदेश माहिती सेवा' अशा संस्थेच्या उभारणीसाठी काय पावलं उचलावी लागतील याचा एक अहवाल तयार करा. आपण आठ दिवसांनी पुन्हा भेटू"

शिलोआ पंतप्रधानांचा निरोप घेऊन आपल्या कार्यालयाकडे निघाले. पंतप्रधानांची ती कल्पना त्यांनाही आवडली. राष्ट्रांच्या

संरक्षणासाठी व सुरक्षिततेसाठी कोणती खबरदारी घ्यायला हवी यासाठी अशी संस्था नक्कीच महत्त्वाची भूमिका बजावू शकते यावर त्यांचा विश्वास होता. अप्रत्यक्षरित्या पंतप्रधानांनी त्यांना इस्रायलसाठी एक गुप्तहेर संघटना उभी करायचा आराखडा करायला सांगितला होता!

ईस्रायलचा इतिहासही रोमहर्षक होता. या छोट्या राष्ट्राची निर्मिती दुसऱ्या महायुद्धाच्या पार्श्वभूमीवर झालेली. एकोणिसाव्या शतकामधे ऑटोमन साम्राज्याचा भाग असलेली ती भूमी ज्यू व ख्रिश्चन धर्मांचे उगमस्थान होती. त्यावेळी तेथे ज्यू, ख्रिश्चन व मुसलमान लोकांची वस्ती होती. ज्यूंची तेथे स्वतंत्र राष्ट्र करण्याची मागणी होती. पण त्याचवेळी अरबही त्या जागेवर हक्क सांगत होते. पहिले महायुद्ध संपले तेव्हा त्या भागात राजकीय गोंधळ माजला होता. ऑटोमन साम्राज्य संपुष्टात आले होते. तेथील अस्थैर्य पाहून नव्यानेच अस्तित्वात आलेल्या 'लीग ऑफ नेशन्स' या आंतरराष्ट्रीय संघटनेने इंग्रजांनी त्या जागेवर काळजीवाहू सरकार या नात्याने देखभाल करावी असा प्रस्ताव मांडला. त्याला अनेक राष्ट्रांनी दुजोरा दिला. इंग्रजांनी तेथे आपली सरकारी यंत्रणा उभी केली.

दुसरे महायुद्ध सुरू होण्याआधीच ज्यूंवर जर्मनीमधे होणाऱ्या अत्याचारांमुळे त्यांचे लोंढे त्या जागेकडे येऊ लागले. त्या भूमीला त्यावेळी पॉलेस्टाईन असे संबोधले जायचे. इंग्रजांनी ज्यूंच्या पुनर्वसनाला विरोध दर्शवला. १९३९ मधे ज्यूंनी तेथे स्थलांतर करण्यावर बंदी घातली. महायुद्ध संपल्यावर मात्र आंतरराष्ट्रीय दबावामुळे ती बंदी त्यांना उठवावी लागली. १९४५ मधे इंग्रजांनी तेथून काढता पाय घ्यायची इच्छा नव्याने निर्माण झालेल्या संयुक्त राष्ट्रसंघास कळवली. पण तसे करण्यापूर्वी स्थानिक सरकार व प्रशासन असणे आवश्यक होते. इंग्रजांनी त्या भूमीचे विभाजन करून एक अरब व एक ज्यू राष्ट्र निर्माण करायची शिफारस केली. बऱ्याच ज्यू नेत्यांना हा प्रस्ताव मान्य होता पण अरब नेत्यांनी त्याला विरोध दर्शवला.

त्याच सुमारास अरब व ज्यूं मधे हिंसाचार सुरू झाला. मे १९४८ मधे इंग्रजांनी आपले तेथील प्रशासन विसर्जित केले. त्याचक्षणी ज्यूंनी इंग्रजांच्या प्रस्तावात निर्देश केलेल्या भूमीवर ईस्रायलच्या

स्थापनेची घोषणा केली. अरब नेत्यांनी अर्थातच त्याला विरोध दर्शवला. जेरूसलेमवर अरब व ज्यू दोघेही हक्क सांगत होते. ईस्रायलच्या स्थापनेचा इन्कार करून सिरिया, इराक व इजिप्त यांनी ईस्रायलवर हल्ला चढवला. तो यशस्वीरित्या परतवून ईस्रायलने जी जागा इंग्रजांनी अरबांच्या पॅलेस्टाईनसाठी सूचित केली होती त्यापैकी बरीचशी आपल्या ताब्यात घेतली.

ईस्रायलच्या निर्मितीच्या वेळेपासूनच परकीय शक्तींचा धोका त्यांनी पाहिल्यामुळे पंतप्रधानांनी शिलोआ यांना सुचवलेल्या प्रस्तावाला सर्वमान्यता मिळणे अवघड नव्हते. आठ दिवसांनी शिलोआ त्याचा अहवाल घेऊन पुन्हा पंतप्रधानांकडे गेले. तो वाचून पंतप्रधान म्हणाले.,

"रूव्हेन, तुमच्या शिफारसी उत्तम आहेत. तुम्हीच या नव्या संस्थेची उभारणी करून तिची जबाबदारी सांभाळावी असे मला वाटते!"

"सर, ही फार मोठी जोखीम आहे माझ्याकडून ती निभावेल की नाही याची शंका..."

त्यांना मधेच थांबवत पंतप्रधान म्हणाले,

"छे, छे, तुम्ही तसा काही विचार मनात आणू नका. माझ्या संपूर्ण पाठिंब्याची मी तुम्हाला ग्वाही देतो. तुमच्यासारखा कार्यक्षम तज्ज्ञ मला त्या संस्थेच्या उभारणीस व तिचा कारभार पाहण्यासाठी हवा आहे."

"आपला आग्रह असेल तर मी नाही म्हणून शकत नाही!" शिलोआंना ते आव्हान स्वीकारावेसे वाटले. पंतप्रधानांचा निरोप घेण्यासाठी ते उठणार इतक्यात पंतप्रधानांनी त्यांना बसायचा इशारा केला.

"आणखी एका महत्त्वाच्या मुद्द्यावर मला तुमच्याशी बोलायचं आहे. रूव्हेन, महायुद्धाच्या समाप्तीनंतर काही नाझी युद्धगुन्हेगार मित्रराष्ट्रांच्या फौजांना सापडले. त्यांच्यावर सध्या न्युरेमबर्ग येथील खास न्यायालयात खटले सुरू आहेतच. पण तुम्ही जाणता की बरेचसे युद्धगुन्हेगार जर्मनी हारत आहे हे पाहून गायब झाले.

त्यांचा छडा लावून त्यांना शासन घडवावे असे तुम्हाला वाटत नाही?''

''सर, मलाच काय पण ईस्रायलच्या कोणत्याही नागरिकाला हा प्रश्न विचारला तर होकारार्थीच उत्तर मिळेल!'' शिलोआ म्हणाले.

''हे पहा रूव्हेन, आपल्या या नव्या संस्थेतील अधिकाऱ्यांवर ही देखील एक जबाबदारी आपण सोपवू शकू!''

''आपली यंत्रणा त्या कामासाठीही आपण वापरू शकू!'' शिलोआ म्हणाले.

दोन महिन्यांच्या आत 'गुप्तवार्ता व विशेष कामगिरी संस्था', म्हणजेच ईस्रायलची 'मोसाद' ही गुप्तहेर संस्था उभारली गेली.

तेल अवीव, १९४८ ते १९७४

'मोसाद'ची स्थापना झाल्या झाल्या लगेच ईस्रायली सैन्यातील व पोलीस दलातील तरुण, हुशार व धडाडीच्या अधिकाऱ्यांना 'मोसाद'साठी निवडण्यात आले. त्यांना हेरगिरीच्या विविध कामांचे प्रशिक्षण दिले गेले. काही वर्षांतच अमेरिकेची ईस्रायलशी जवळीक वाढली. अमेरिकेने ईस्रायलला राष्ट्रउभारणीसाठी मोठ्या प्रमाणावर मदत करणे सुरू केले. त्याचाच एक भाग म्हणून अमेरिकन गुप्तहेर संघटना सीआयए व मोसाद यांचा सहकार्य करार झाला. प्रशिक्षणापासून प्रत्यक्ष हेरगिरीच्या कामगिऱ्या पार पाडण्यापर्यंत त्यांच्यात सहकार्य होऊ लागले.

'मोसाद'च्या अधिकाऱ्यांना हेरगिरीसाठी अद्ययावत उपकरणे कशी वापरायची, वेशभूषा व मेकअप करून आपले बाह्य व्यक्तिमत्त्व कसे बदलायचे यांचेही शिक्षण दिले जायचे. वेगवेगळ्या भाषा शिकण्यावर व त्यांच्यावर प्रभुत्व मिळवण्यावर भर दिला.

अल्पावधीतच 'मोसाद'ची गणना अतिशय कार्यक्षम गुप्तहेर संघटनांमधे झाली. त्यांचे मुख्य कारण होते समर्पित वृतीने काम करणारे, राष्ट्रप्रेमाने भारलेले तिचे अधिकारी! स्वार्थत्याग करून, जीवाला धोका पत्करून त्यांनी देश सेवेला वाहून घेतले होते.

तेल अवीव, १९७४ ते १९७८

१९७४ मधे 'मोसाद'च्या संचालकपदी निवड झाली, पन्नास वर्षांच्या तडफदार यित्झाक होफी यांची. ते मूळचे जर्मन ज्यू. १९४२ मधे गेस्टापोने अठरा वर्षांच्या यित्झाकची त्याच्या आई-वडिलांबरोबर रवानगी केली ऑशवित्झला. बरोबर सोळा वर्षांची बहिणही होतीच. पंचवीस तासांचा अखंड व असह्य रेल्वे प्रवास तोही गुरांच्या बोगीतून करून होफी कुटुंब ऑशवित्झला पोहोचले. अंगाने सुदृढ व सशक्त यित्झाकची डॉ. मेंगेलने कामावर ठेवण्यासाठी निवड केली. बहिणीला फरशा पुसायचे काम दिले तर आई-वडिलांना पाठवले गॅसचेंबरकडे! यित्झाक व त्याच्या पंधरा साथीदारांचे काम होते गॅसचेंबरमधील मृतदेह बाहेर काढून त्यांना भट्ट्यांमधे जाळून टाकण्याचे! रोज शेकडो ज्यू बांधवांचे मृतदेह गॅसचेंबरमधे पाहून तरुण यित्झाकच्या मनात काय विचार येत असावेत? हे मृत्यूकांड, हा संहार कधी थांबणार? या नराधमांना कुणी कसे थांबवत नाही? अजून किती ज्यू बांधवांना प्राणाहुती द्यावी लागणार आहे? त्याच्याकडे या प्रश्नांची उत्तरे नव्हती.

एके दिवशी यित्झाकची बहीण अचानक नाहिशी झाली. त्याने तिचा शोध घ्यायचा खूप प्रयत्न केला. तो मुक्तपणे हिंडू-फिरू शकत नव्हता, प्रश्न विचारू शकत नव्हता. कुणी म्हटले की तिची रवानगी दुसऱ्या छावणीकडे केली आहे, कुणी म्हटले की एका सुरक्षा कर्मचाऱ्याने तिच्यावर बलात्कार करून तिला ठार मारून टाकले. काहीही कळायला मार्ग नव्हता.

२७ जानेवारी १९४५ या दिवशी जेव्हा रशियन फौजांनी ऑशवित्झ ताब्यात घेऊन तेथील मजुरांची व कैदेत असलेल्या लोकांची मुक्तता केली, त्यात यित्झाकचा समावेश होता. मुक्ततेनंतर त्याला काही काळ ऑस्ट्रियामधे पुनर्वसनासाठी पाठवले गेले. जेव्हा १९४८ साली इस्रायलच्या निर्मितीची घोषणा झाली तेव्हा त्याने तिकडे स्थलांतर करायचे ठरवले. चोवीस वर्षांचा यित्झाक इस्रायलच्या सैन्यात शिपाई झाला. त्याच्या नेमबाजीतील प्राविण्यावर त्याचे वरिष्ठ खूश होते. त्यांनी त्याची तीन वर्षांनंतर सेकंड लेफ्टनंट

या कनिष्ठ अधिकारी पदावर बढती केली. आपली कार्यक्षमता व कर्तबगारी यांच्या बळावर त्याला पटपट बढत्या मिळत गेल्या. १९६४ मधे त्याला 'मोसाद' मधे घेण्यात आले. त्याची नेमणूक वॉशिंग्टन येथे झाली. सीआयए व मोसाद यांचे काही संयुक्त प्रकल्प होते. त्यांची एक महत्त्वाची जबाबदारी सांभाळण्यासाठी त्याची निवड झाली होती. सहा वर्षे तेथे काम केल्यानंतर त्याची १९७० मधे 'मोसाद'च्या उपसंचालकपदी निवड झाली. त्यावेळी 'मोसाद'चे संचालक होते जव्ही झमीर. १९७४ मधे ते निवृत्त झाल्यावर यित्झाक होफी 'मोसाद' चे संचालक होणार यात कोणालाही तिळमात्र शंका नव्हती.

एके दिवशी होफी आपले सहकारी व 'मोसाद'चे नवे उप-संचालक अंतोन बेन हारी यांच्याशी काही चर्चा करत होते.

''अंतोन, एकंदरीत आपलं काम समाधानकारक चाललं आहे. पण एका बाबतीत मी समाधानी नाही!'' होफी म्हणाले.

''कोणत्या बाबतीत, सर?'' अंतोननी विचारलं.

''अंतोन, आता त्याला जवळ जवळ तीस वर्षे उलटून गेली. आपण रूडॉल्फ राईकमनचा शोध लावू शकलो नाही याची मला सदैव खंत आहे!''

'मोसाद'च्या गुप्तहेरांनी बऱ्याचशा नाझी युद्धगुन्हेगारांचा शोध लावला होता. पण ज्याच्या अनन्वित अत्याचारांना होफी साक्षीदार होते, तो राईकमन जोपर्यंत सापडत नाही तोपर्यंत त्यांना चैन पडणार नव्हते.

''सर, कदाचित त्याने आत्महत्या केली असावी किंवा अन्य काही कारणाने त्याचा आत्तापर्यंत मृत्यूही झाला असावा!'' अंतोन म्हणाले.

''जोपर्यंत त्याच्या मृत्यूचा ठोस पुरावा आपल्या हाती येत नाही तोपर्यंत माझा त्याच्यावर विश्वास बसणार नाही!''

अंतोनच काय पण बऱ्याच लोकांना होफींच्या ऑशवित्झमधल्या वास्तव्याची कल्पना होती. 'मोसाद'च्या गुप्तहेरांनी कित्येक नाझी युद्धगुन्हेगारांना शोधून काढले होते. पण अजूनही न सापडलेल्यांच्या यादीत अग्रक्रमावर नाव होते ते रूडॉल्फ राईकमनचे!

तेल अवीव, जुलै १९७८

गुप्तहेर संघटनांच्या हेरांना 'एजंट' असे संबोधायचा प्रघात आहे. ईस्रायलच्या बऱ्याच राजदूतावासांमधे एखादा एजंट असायचाच. अर्थात उघडपणे तो अधिकारी 'मोसाद'चा एजंट आहे असे स्थानिक सरकारला कधीच सांगितले जायचे नाही. तो 'सांस्कृतिक अधिकारी', 'शैक्षणिक अधिकारी' किंवा 'जनसंपर्क अधिकारी' आहे असे कागदोपत्री दाखवले जायचे. केवळ ईस्रायलच नव्हे, तर जगातील सर्व प्रमुख राष्ट्रे हेच करतात.

यित्झाक होफी आपल्या कार्यालयात काही महत्त्वाचे कागदपत्र वाचण्यात मग्न होते. इतक्यात त्यांचा सचिव डेव्हिड त्यांच्या खोलीत आला.

"सर, ब्युनोस आयरेसहून एजंट ईव्हान ब्रॉफमन आपल्याला भेटायला आला आहे. तातडीचं काम असल्यामुळे तो पूर्वसूचना देऊ शकला नाही असं म्हणतोय."

"असं? पाठव बरं त्याला!" यित्झाकना आश्चर्य वाटले. अर्जेंटिनावरून ईव्हान तडकाफडकी का आला असावा याचा ते विचार करू लागले, इतक्यात ईव्हान त्यांच्या खोलीत आला.

"ये ईव्हान. असं अचानक येण्यासारखं काय घडलंय तिकडे?"

"सांगतो सर." यित्झाकनी त्याला बसायचा संकेत केला. ईव्हानने खोलीचे दार बंद असल्याची खात्री करून घेतली व म्हणाला,

"सर, रूडॉल्फ राईकमनचा शोध लागलाय!"

"काय सांगतोस काय? राईकमन सापडलाय?" यित्झाक आपल्या जागेवरून उठून ईव्हान जवळ गेले व म्हणाले.

"तू पूर्ण खात्री केली आहेस? कुठे पत्ता लागला त्याचा?" यित्झाक यांचा अजूनही त्या बातमीवर विश्वास बसत नव्हता.

"सगळं सांगतो सर. गेले दोन महिने मी याच कामगिरीवर होतो. कमालीची गुप्तता पाळायची होती म्हणून आपल्याशीही संपर्क साधला नाही. मला तो राईकमनच आहे की नाही याची जरा शंका होती. पण माझी आता खात्री पटली आहे की तो राईकमनच आहे. हा घ्या माझा अहवाल!"

असे म्हणून ईव्हानने पंधरा पानांचा अहवाल यित्झाकना वाचायला दिला. जसजसे ते वाचत गेले तसतशी त्यांच्या चेहऱ्यावर समाधानाची छटा उमटत गेली. गेल्या जवळ जवळ पस्तीस वर्षांची त्यांची इच्छा पुरी व्हायची शक्यता दिसत होती. संपूर्ण अहवाल वाचून झाल्यावर ते ईव्हानला म्हणाले,

"ईव्हान, तू कमालीची हुशारी दाखवलीस! पण मला एक सांग, तुझ्या व्यतिरिक्त अजून कोणाला याची माहिती आहे?"

"फक्त माझा सहकारी डॉनियल. तो त्याच्या पाळतीवरच आहे. राईकमनच्या घराजवळ आम्ही एक फ्लॅट भाड्याने घेतला आहे. आम्ही तेथून त्याच्या हालचालींवर बारकाईने लक्ष ठेवून आहोत!"

"ईव्हान, कोणत्याही परिस्थितीत त्याला जिवंतपणे इकडे आणायला पाहिजे. त्याच्यावर रीतसर खटला भरून त्याला शासन घडवायचं आहे. मला वाटतं ब्राझिलच्या सरकारलाही अंधारात ठेवावं लागेल. कारण सरकारी यंत्रणेत त्याचे काही धागेदोरे असू शकतात."

"खरं आहे सर! पण आता प्रश्न आहे की त्याला इकडे आणायचं कसं?" ईव्हानने विचारलं. काही वेळ यित्झाक विचारमग्न झाले. ते म्हणाले,

"ईव्हान, राईकमनचे अपहरण करून त्याला इकडे आणणे हा एकच पर्याय माझ्या समोर दिसतोय!"

"सर, पण ब्राझिलचे सरकार आपल्या कारवाईबद्दल आक्षेप घेईल!"

"जरूर घेऊ दे! मला त्याची पर्वा नाही. एकदा त्याला इकडे आणलं की त्यांनी आक्षेप घेऊ दे अथवा निषेध करू दे, ती बाब दुय्यम आहे!"

"सर, आता पुढे काय करायचं ते आपण ठरवलं पाहिजे!" ईव्हान म्हणाला.

"अर्थातच. चला, आता आपल्याला मिस्टर माल्कम लॉरिन्स क्वेन बोक्हेन उर्फ रूडॉल्फ राईकमनला इकडे आणण्याच्या तयारीला लागलं पाहिजे. ईव्हान, माझ्यामते या मोहिमेच्या तयारीला आपल्याला कमीत कमी दोन महिने तरी लागतील. सर्वसाधारण-पणे सप्टेंबरच्या शेवटच्या आठवड्यापर्यंत हे लक्ष्य गाठायचे

आहे असे आपण गृहित धरू. पण ईव्हान, तोपर्यंत त्याच्यावर आपल्याला सतत पाळत ठेवली पाहिजे. कारण त्याला आपल्या हालचालींची जरा जरी शंका आली तर तो पुन्हा गायब होईल. मग मात्र त्याला शोधून काढणे खूपच अवघड होईल कारण तेव्हा तो खूप सावध झालेला असेल!'' होफी काहीसे गंभीर होत म्हणाले.

कार्लोस विमानतळ (रिओ) व शिफोल विमानतळ (ऑम्स्टरडॅम), २० सप्टेंबर, १९७८

ज्या दिवशी सकाळी 'मिस्टर माल्कम बोव्हेन' मारिस्को अपार्टमेंटस्मधील आपल्या राहत्या घरातून अचानक गायब झाल्याची वर्दी मारियाने स्थानिक पोलिसस्टेशनवर नोंदवली, त्याचदिवशी म्हणजे २० सप्टेंबरला सकाळी साडेअकराच्या सुमारास रिओच्या कार्लोस विमानतळावर एक इमिग्रेशन अधिकारी तेथून परदेशी जाणाऱ्या प्रवाशांचे कागदपत्र तपासत होता. एका प्रवाशाचे कागदपत्र तपासून झाल्यावर रांगेत पुढचा नंबर होता एका सत्तरीच्या उंच-पुऱ्या व्यक्तीचा. तिने करड्या रंगाचा सूट व फिकट निळ्या रंगाचा टाय परिधान केला होता. त्या गृहस्थाने आपला पासपोर्ट, बोर्डिंग पास व व्यवस्थित भरलेला इमिग्रेशनचा फॉर्म त्या अधिकाऱ्याकडे दिला. इमिग्रेशन अधिकाऱ्याने ते सर्व कागदपत्र तपासायला सुरुवात केली. बोर्डिंग पासवरून त्याला कळले की त्या गृहस्थाची व्हारिंग विमान कंपनीची दुपारी एक वाजून पस्तीस मिनिटांनी सुटणारी रिओ ते ऑम्स्टरडॅम ही फ्लाईट होती. त्याने फॉर्ममधे भरलेली व पासपोर्टमधील माहिती पडताळून पाहिली. फार्मवर तपशील होता - 'नाव : मिस्टर माल्कम लॉरेन्स व्हॅन बोव्हेन, जन्म तारीख : ४ फेब्रुवारी १९०८, जन्मस्थळ : ऑर्नबर्ग, हॉलंड. पत्ता : ए-१५-२, मारिस्को अपार्टमेंटस्, ३५ कास्कादुरा रोड, ऑग्वा सॅन्ता, रिओ-द-जनेरो, ५९१००, ब्राझिल, राष्ट्रियत्व : ब्राझिल.'

त्या अधिकाऱ्याने पासपोर्टमधील फोटो त्या व्यक्तीचाच असल्याचा शहानिशा करून घेतल्यानंतर पासपोर्टवर इमिग्रेशनचा शिक्का मारून

त्याच्या प्रवासास हिरवा कंदील दाखवला.

जवळ जवळ अकरा तासांच्या प्रवासानंतर त्याचे विमान ॲम्स्टरडॅमच्या शिफोल विमानतळावर उतरले. तेथेही त्याला हॉलंडचे इमिग्रेशनचे सोपस्कर पार पाडावे लागले. तेथील अधिकाऱ्याने त्याच्या पासपोर्टकडे व त्याच्या नावाकडे पाहून त्याला विचारले,

''मिस्टर व्हेन बोव्हेन, तुमचे नाव एखाद्या हॉलंडच्या रहिवाशासारखे वाटते, पण राष्ट्रीयत्व ब्राझिलचे दिसतेय?''

'मिस्टर बोव्हेन' मंद स्मित करत त्या अधिकाऱ्यास म्हणाले,

''तुम्ही म्हणता आहात ते खरंय! माझा जन्म हॉलंडचा, पण कित्येक वर्षांपूर्वी मी ब्राझिलला स्थलांतर केले व तेथील नागरिकत्व घेतले!''

''हां, मग बरोबर आहे!'' त्या अधिकाऱ्याने सहजच विचारले, ''जन्मभूमीच्या आठवणीने इकडे आलात काय?''

'मिस्टर बोव्हेन'नी त्याला प्रतिप्रश्न केला,

''जन्मभूमीची ओढ कोणाला नसते? शिवाय माझ्या या उतारवयात ती फारच प्रकर्षाने जाणवते!''

तो अधिकारी पासपोर्टवरील हॉलंडच्या तीन महिन्यांच्या व्हिसावर इमिग्रेशनचा शिक्का मारता मारता म्हणाला,

''मी समजू शकतो, मिस्टर बोव्हेन! तुमच्या येथील वास्तव्यास माझ्या शुभेच्छा!'' असे म्हणून त्याने पासपोर्ट परत केला.

''धन्यवाद!'' असे म्हणून 'मिस्टर बोव्हेन' आपले सामान घ्यायला गेले व त्यानंतर त्यांनी कस्टमचे सोपस्कर पार पाडले. विमानतळावरील टॅक्सी स्टँडकडे जाऊन त्यांनी तेथील मॅनेजरला सांगितले.

''झूमस्टेगला जाण्यासाठी टॅक्सी हवी आहे.''

''झूमस्टेग? नाव कधी ऐकल्यासारखं वाटत नाही?'' त्याने विचारले.

''मी समजू शकतो. ग्रॉनिंजेन जवळचे ते एक छोटेंसे खेडे आहे. शंभर सव्वाशेच्या वस्तीचे!''

''अस्सं! ठीक आहे, पण ग्रॉनिंजेनपासून पुढचा रस्ता ड्रायव्हरला सांगू शकाल?''

''नक्कीच!''

थोड्याच वेळात मर्सिडिज् बेंझ टॅक्सी ग्रॉनिंजेनच्या दिशेने धाऊ लागली. 'मिस्टर बोव्हेन' टॅक्सीच्या आरामदायी सीटवर मागे रेलून बसले व त्यांनी आपल्या टायची गाठ थोडीशी सैल केली. अलीकडच्या काही घटना आठवून त्यांनी सुटकेचा नि:श्वास टाकला.

❏

सहा

तेल अवीव, जुलै १९७८

रूडॉल्फ राईकमनचा शोध लावण्यात 'मोसाद'ला यश आल्याची खळबळजनक पण आनंददायी बातमी एजंट ईव्हानकडून ऐकल्यावर यित्झाक होफी खूप उत्तेजित झाले होते. त्यांचे कित्येक वर्षांचे स्वप्न साकारण्याची शक्यता दिसत होती. त्यांच्या डोक्यात राईकमनला जिवंतपणे ईस्रायलला कसे आणायचे हा एकच विषय रात्रं-दिवस घोळत होता. राईकमनचे अपहरण करण्याशिवाय त्यांना दुसरा मार्ग दिसत नव्हता. पण तो मार्ग खूपच खडतर होता. त्यासाठी अतिशय काळजीपूर्वक बारीक-सारीक गोष्टींचा विचार करून मोहीम आखणे जरुरीचे होते. त्यासाठी त्यांनी पंतप्रधान मेनाकेम बेगिन यांना विश्वासात घ्यायचे ठरवले. त्या दिवशी दुपारी अडीच वाजता त्यांच्या व पंतप्रधानांच्या भेटीची वेळ पक्की झाली होती. बैठक कोणत्या संदर्भात आहे हे त्यांनी पंतप्रधानांनाही सांगितले नव्हते.

"या यित्झाक, तातडीच्या बैठकीची तुम्ही विनंती केलीत याचा अर्थ काही अतिमहत्त्वाच्या विषयावर तुम्हाला माझ्याशी चर्चा करायची आहे, होय ना?'' पंतप्रधानांनी कुतूहलाने विचारले.

"होय, सर!'' पंतप्रधानांनी निर्देश केलेल्या खुर्चीवर बसत होफी म्हणाले, "सर, रूडॉल्फ राईकमनचा पत्ता लागलाय!''

"खरंच की काय? कुठे सापडला तो नराधम?'' पंतप्रधानांनी आश्चर्यचकित होऊन विचारले.

"सांगतो सर. आपल्याला वेळ आहे ना?'' होफींनी विचारले.

"त्याची तुम्ही काळजी करू नका.'' असे म्हणून पंतप्रधानांनी आपल्या सचिवास इंटरकॉम वरून पुढच्या सर्व बैठका स्थगित करायला

सांगितले. सात-आठ वेळा काळजीपूर्वक व बारकाईने एजंट ईव्हानचा अहवाल वाचलेल्या होफींनी सांगायला सुरुवात केली.

"सर, काल ब्युनोस आयरेसहून आपला एजंट ईव्हान ब्रॉफमन तातडीने इकडे आला. त्यानं आपल्या अहवालात म्हटलं आहे की...

ब्युनोस आयरेस, अर्जेंटिना, एप्रिल १९७८

ईस्त्रायलच्या दूतावासातील फोन वाजू लागला.

"हॅलो, मी सब्रीना पोसादास बोलते आहे. मला कोणातरी जबाबदार अधिकाऱ्याशी बोलायचं आहे!"

टेलिफोन ऑपरेटरने तो फोन जनसंपर्क अधिकाऱ्याला जोडला.

"हॅलो, मी ईस्त्रायल दूतावासातील जनसंपर्क अधिकारी बोलतोय. काय काम आहे आपलं?"

"मला अशी शंका आहे की मी रूडॉल्फ राईकमनला अर्जेंटिनामधे पाहिलं आहे!"

"असं? तुमचं नाव आणि पत्ता सांगा. आमचे एक अधिकारी तुम्हाला भेटायला येतील आणि कृपा करून या विषयावर कोणाशीही बोलू नका."

त्याचदिवशी दुपारी ईव्हान तो पत्ता शोधत ब्युनोस आयरेसच्या प्लाझा द मायो या भागात गेला. त्याने घर शोधून काढले व दाराची बेल वाजवली.

"मी ईव्हान, ईस्त्रायलच्या दूतावासातून आलो आहे."

"या. मी सब्रीना पोसादास."

"तुम्ही आज आमच्या दूतावासात फोन केला होता?" ईव्हानने विचारले.

"हो. मला जरा शंका आहे की मी रूडॉल्फ राईकमनला अर्जेंटिनामधे पाहिलं आहे. मी या महिन्याचा 'रीडर्स डायजेस्ट' काल पाहत होते. त्यात 'ऑशवित्झची कत्तल' हा लेख आला आहे. त्या लेखाबरोबर त्या छावणीचा प्रमुख राईकमनचे काही फोटोही छापले आहेत. ते पाहिल्यावर मला एकदम वाटलं की आपण या व्यक्तीला प्रत्यक्ष पाहिलं आहे. खूप वेळ विचार केल्यावर माझ्या लक्षात आलं की..."

सांता फे, अर्जेंटिना १९५३-५५

सांता फे या शहरापासून दक्षिणेला आठ किलोमीटर अंतरावर मिस्टर आल्बर्टो पोसादास यांनी १९५२ मधे फार्महाऊस बांधले. तेथे खूपशी घरे नव्हती. आजूबाजूला सगळी शेतजमीन. त्यांना निसर्गाची आवड होती. म्हणून सांता फे गावातील आपला फळांचा व्यवसाय गावाबाहेर राहून सांभाळायचा त्यांनी निर्णय घेतला. ते मोटर सायकलवरून आपल्या दुकानाकडे जात. त्यांची थोरली तेरा-चौदा वर्षांची मुलगी सब्रीना व धाकटा दहा वर्षांचा फेडेरिको सांता फे येथील एका शाळेत शिकत होते. त्यांना न्यायला व दुपारी घरी सोडायला शाळेची व्हॅन होती.

मिस्टर पोसादास यांच्या घरापासून अर्ध्या किलोमीटर अंतरावर दुसरे एक फार्महाऊस होते. तेथे एक मध्यमवयीन, उंचेला गृहस्थ एकटाच राहायचा. तो कोणाशी बोलत नसे, कोणात मिसळत नसे. रोज सकाळी फेडेरिको व सब्रीना शाळेला जाण्यासाठी तयार होऊन सव्वासात-साडेसातच्या सुमारास व्हॅनसाठी घराच्या फाटकाजवळ येऊन थांबत. व्हॅन यायला पाच-दहा मिनिटे इकडेतिकडे व्हायची. जवळजवळ रोज त्या दोघांना तो गृहस्थ त्यांच्या घरावरून फिरायला जाताना दिसायचा. रोज दिसणाऱ्या त्या गृहस्थाला पाहिल्यावर ते दोघे त्याच्याकडे पाहून स्मितहास्य करायचे. तो गृहस्थ मात्र फारसा प्रतिसाद द्यायचा नाही.

ब्युनोस आयरेस, एप्रिल १९७८

''असे जवळ जवळ दोन वर्षे चालले. मी त्याला अगदी जवळून पहायची. पण १९५५च्या जून महिन्यात तो दिसायचा बंद झाला. काल जेव्हा मी 'डायजेस्ट'मधे राईकमनचा फोटो पाहिला तेव्हा मला खात्री पटली की तो राईकमनच असावा! त्या लेखात असंही वाचलं की ईस्रायलचे सरकार त्याचा कसोशीने शोध घ्यायचा गेली कित्येक वर्षे प्रयत्न करत आहे, म्हणूनच मी तुमच्या दूतावासात आज सकाळी फोन केला.''

''हे तुम्ही उत्तम केलंत. बरं, मला सांगा तुम्ही सांता फे मधे

असताना त्या गृहस्थाकडे कोणाचं जाणं-येणं तुम्हाला दिसलं होतं?''

"नाही, कधीच नाही. त्याच्याकडे एक नोकर असावा. आम्हाला दुरून त्याच्या घराच्या आवारात तो काम करताना दिसायचा.''

"त्या गृहस्थाचं नाव तुम्हाला कधी समजायचा प्रसंग आला?'' ईव्हानने विचारलं.

"नाही, मुळीच नाही!'' सब्रीना म्हणाली.

"तुमचं घर नेमकं कुठे होतं त्याचा पत्ता देऊ शकाल?''

"हो, माझे वडील सध्या तिथेच राहतात. हा घ्या त्यांचा पत्ता!'' सब्रीनाने एका कागदावर तो लिहून दिला.

"सब्रीना, तुमचा मी खूप आभारी आहे. ही गोष्ट कृपया कोणाजवळ बोलू नका!''

"नक्कीच!''

ईव्हान तातडीने सांता फे ला गेला.

ब्युनोस आयरेसच्या उत्तरेला जवळ जवळ चारशे किलोमीटर वरचे सांता फे शोधून काढायला त्याला वेळ लागला नाही. त्याने मिस्टर पोसादास यांची भेट घेतली. ते सब्रीनाने सांगितलेल्या माहितीपेक्षा अधिक काही सांगू शकले नाहीत. आता त्यांच्या घराच्या आसपास बरीच घरे झाली होती. मि. पोसादासनी त्या गृहस्थाचे घर नेमके कोणते हे मात्र दाखवून दिले.

ईव्हानने नोंदणी कार्यालयात जाऊन ते घर कोणाच्या मालकीचे आहे हे शोधलं. पूर्वीच्या नोंदी पाहिल्या. त्यात त्याला आढळून आले की ते घर फ्लोरियान फिलीप ट्रापेल या नावाच्या गृहस्थाने १९४६ मधे त्याचा पूर्वीचा मालक मिस्टर आलेयार्दो याच्याकडून विकत घेतले होते. १९५५ च्या जूनमधे ते त्याने सध्याच्या मालकाला विकले होते. त्याचे नाव होते गॅब्रिएल गार्सिया. त्यांच्याकडे ईव्हानने चौकशी केली. तेव्हा त्याला कळ्ळे की ते मिस्टर ट्रापेलना पूर्वी ओळखत नव्हते. घर विकायचे आहे अशी पेपरमधली जाहिरात वाचून ते त्याच्याकडे गेले होते. व्यवहार पटकन ठरला होता. मि. गार्सिया म्हणाले की मि. ट्रापेल यांची एक मुख्य अट अशी होती की त्यांना सर्व पैसे रोख हवे होते!

ईव्हानला शंका यायला तो तपशील पुरेसा होता. राईकमनचा पैसे घेऊन येथून पळ काढायचा हेतू नक्कीच असणार! त्याने आजूबाजूच्या दुसऱ्या कोणत्या देशात राईकमन जाऊ शकतो याचा अंदाज बांधायला सुरुवात केली. उरुग्वे, पॅराग्वे, चिली, बोलिव्हिया किंवा ब्राझिल यापैकी एखादा त्याने निवडला असावा. किंवा अर्जेंटिनाच्या अन्य भागातही त्याने स्थलांतर करायची शक्यता होती. ईव्हानने ठरवले की या पाच देशांचीही शक्यता आजमावली पाहिजे. ब्राझिलमधे शहरांची प्रचंड वाढ मोठ्या प्रमाणावर होत होती. त्यापैकी एखाद्या ठिकाणी त्याने स्थायिक व्हायची शक्यता नाकारता येत नव्हती.

त्याने सुरुवात ब्राझिलपासून करायचे ठरवले. परराष्ट्र मंत्रालयातील कर्मचाऱ्यांवर पाळत ठेवली. राजनैतिक व्यवहार विभागातील एक वरिष्ठ कारकून ब्राझिलियाच्या उपनगरातील एका बारमधे रोज संध्याकाळी ऑफिस सुटल्यावर जातो हे त्याच्या निदर्शनास आले.

ब्राझिलिया, मे १९७८

ब्राझिलची राजधानी ब्राझिलियाच्या तागुआतिंगा या उपनगरातील सिंत्रा झागो या बारमधे पावलो दा क्रुझ पोहोचला तेव्हा साडेसहा वाजले होते. एस्प्लातादा दोझ मिनिस्तेरिओस येथील त्याच्या कार्यालयातून बसने तागुआतिंगा येथे पोहोचायला जवळ जवळ एक तास लागायचा. सिंत्रा झागो बार पासून पावलोचे घर पाच मिनिटांत चालत जाण्याच्या अंतरावर होते. पावलोला पाहताच बारमन लुईसने त्याचे नेहमीचे पेय बनवून त्याला दिले व विचारले,

"काय ठीक आहेस नां, पावलो?"

'सांबा' रमचा एक मोठा घोट घेऊन पावलो म्हणाला,

"अजूनतरी ठीक आहे. थोड्या वेळाने घरी गेल्यावर पाहायचं काय होतंय!"

पावलो चिंताग्रस्त मुद्रेने म्हणाला. लुईसला पावलोची कहाणी माहीत होती. एकदा पावलोनेच सांबाचा तिसरा पेग चालू असताना लुईसला आपली व्यथा सांगून मन थोडे हलके केले होते. पावलोची बायको इरमावो खूप खाष्ट होती. चाळिशीच्या पावलोला दोन मुली होत्या, एक बारा वर्षांची व दुसरी नऊ. तो परराष्ट्र मंत्रालयात वरिष्ठ

कारकून होता. पगार बेताचाच. त्यात वाढती महागाई. उत्पन्नाचे दुसरे साधन नाही. मुलींचे शिक्षण, त्यांचे कपडे-लत्ते, घरभाडे, इतर घरखर्च यात त्याचा महिन्याचा पगार बघता बघता संपून जायचा. घरी गेले की इरमावो पावलोचे डोके खायची. तिला छानछोकीत रहायला आवडायचे. वेगवेगळ्या प्रकारच्या अत्तरांच्या बाटल्या, नवनवीन कपडे, विविध प्रकारच्या चपला यांचा तिला खूप सोस. पावलोकडे या गोष्टींसाठी तिचा सारखा तगादा असायचा. अलीकडे तर तिने मोत्यांच्या सेटसाठी हट्ट धरला होता. पावलो तारेवरची कसरत करत संसार सांभाळायचा पण रोज घरी गेल्यावर त्याचे व इरमावोचे पैशावरून भांडण व्हायचे. संध्याकाळी घरी जायची वेळ आली की त्याच्या अंगावर काटा उभा राहायचा. यावर उपाय म्हणून व अंगात थोडे उसने अवसान आणण्यासाठी तो तीन पेग रम घेतल्याशिवाय घरी यायचा नाही. मग मात्र त्याला इरमावोची भीती वाटायची नाही!

त्या दिवशी पावलोचा पहिला पेग संपून दुसरा नुकताच सुरू झाला होता. त्याच्या शेजारच्या उंच खुर्चीवर एक पस्तीशीचा गृहस्थ येऊन बसला. तो परदेशी वाटत होता. त्याने बिअर मागवली. पावलो तिरप्या नजरेने त्याचे निरीक्षण करत होता. बिअर आल्यावर त्याने एका दमात अर्धा ग्लास रिकामा केला व पावलोकडे पाहून हसत म्हणाला,

''आज खूप दमलो आहे! बरं वाटलं जरा बिअर पोटात गेल्यावर!''

पावलो प्रतिसादासाठी फक्त हसला.

''मी जॉर्ज, डेन्मार्कचा आहे मी!'' त्याने हस्तांदोलनासाठी आपला हात पुढे केला. पावलोने त्याच्याशी हस्तांदोलन करून आपली ओळख करून दिली.

''मी पावलो, येथे सरकारी नोकरीत आहे.''

''असं का? वा छान! मी केलसनबिस्का या बिस्किट कंपनीचा वितरक आहे. आमच्या डॅनिश कुकीजचे वितरण करायचे काम मी पाहतो. खूप फिरती असते मला.'' जॉर्ज म्हणाला.

''इकडे वारंवार येणं होतं?'' पावलोने विचारले.

''हो, महिन्यांतून एकदातरी येतोच. आमचं विभागीय कार्यालय ब्युनोस आयरेसला आहे.'' जॉर्ज म्हणाला.

ते दोघे इकडचं-तिकडचं बोलत बसले. पावलोला देखील आपल्या विवंचना काही क्षण तरी विसरायची संधी मिळाली. पावलोचा ग्लास रिकामा झालेला पाहून जॉर्ज म्हणाला,

"चला, पुढचे ड्रिंक माझ्यातर्फे!"

"कशाला? मी देईन पैसे..."

"ते काही चालणार नाही. आपण एवढे गप्पा मारतोय, मीच देणार पैसे!" जॉर्जने बिअरचा ग्लास रिकामा केला व तो दोघांचे ग्लास पुन्हा भरून आणण्यासाठी लुईसकडे गेला. त्यांच्या गप्पा आणखी रंगल्या. भान विसरून गेलेल्या पावलोचे लक्ष घड्याळाकडे गेले व एकदम त्याच्या डोळ्यासमोर इरमावोचा चेहरा आला. त्याची घरी जायची वेळ गप्पांच्या नादात उलटून अर्धातास झाला होता. पण तो घाबरला नाही. काही झाले तरी बोंबलतच असते, मग जरा उशीर झाला तर जास्त बोंबलेल, इतकेच!

पुढच्या दोन आठवड्यात पावलोची व जॉर्जची चार पाच वेळा भेट झाली. हल्ली जॉर्जच पावलोच्या रमचे पैसे देत असे. त्या दोघांची चांगलीच गट्टी जमली होती. जॉर्ज पावलोला डॅनिश बिस्किटांचे टीनचे डबे मधून मधून भेट द्यायचा. एके दिवशी ते गप्पा मारत बसले असताना जॉर्ज पावलोला म्हणाला,

"उद्या मी तुझ्या ऑफिसजवळ कामासाठी जाणार आहे. दुपारी लंचला आपण जाऊया कुठेतरी?"

पावलोने नाही म्हणायचे काही कारण नव्हते. त्यांनी भेटायची वेळ व जागा नक्की केली. ते पावलोच्या ऑफिसजवळील एका मेक्सिकन रेस्टॉरंटमधे गेले. पावलोने 'चीज क्वेसादिला' तर जॉर्जने 'चिकन टाको' मागवले. पिण्यासाठी दोघांनी ज्यूस मागवले.

"पावलो, माझं एक काम होतं. तसं खाजगी, पण तुझी मदत होऊ शकेल असं वाटतंय. पण या विषयावर तुझ्याशी बोलावं की न बोलावं याचा जरा संकोच वाटतो." जॉर्ज म्हणाला.

"अरे जॉर्ज, त्यात काय, अगदी मोकळेपणाने बोल. आपण आता चांगलेच मित्र झालो आहोत!"

"ठीक आहे, पण हे आपल्या दोघांतच ठेव हं!"

"त्याची तू काळजी करू नकोस." पावलोने ग्वाही दिली.

"पावलो, माझ्या वडिलांचे थोरले बंधू व माझे वडील मत्स्यव्यवसायात होते. त्या दोघांचे व्यवसायावरून मतभेद झाले. काकांनी आपला हिस्सा घेतला व डेन्मार्क सोडून ते ब्राझिलमधे स्थायिक झाले. त्यांनी लग्न केलेलं नव्हतं. त्यांनी आमच्याशी कधीच संपर्क ठेवला नाही. आमच्या कायद्यांनुसार त्यांच्यापश्चात मी त्याचा वारस ठरू शकतो. मला बहीण-भाऊ नाहीत. मी त्यांचा शोध घेऊ इच्छितो. ते हयात असतील तर त्यांच्याशी पुन्हा चांगले संबंध ठेवायची माझी इच्छा आहे. या कामात मला तुझी मदत होऊ शकते." जॉर्ज म्हणाला.

"माझा तुला कसा काय उपयोग होईल?" पावलोने विचारले.

"काकांनी १९५५-५६ च्या सुमारास ब्राझिलचे नागरिकत्व घेतले. त्यांचा शोध घ्यायचा तर त्यावेळच्या सरकारी कागदपत्रात काही धागेदोरे मिळू शकतात आणि पावलो, या कामासाठी मी दोन हजार डॉलर्स खर्च करायला तयार आहे."

ते ऐकून पावलो जरा गडबडून गेला. तशा जुन्या कागदपत्रांच्या फाईल्स मंत्रालयात उपलब्ध होत्या. थोडी शोधाशोध करून त्या मिळवण्यात पावलोला फारशी अडचण नव्हती. पण त्यासाठी ती लाच कशी काय स्वीकारायची? कुणाला समजले तर उद्या नोकरी गमवावी लागेल आणि तुरुंगाची हवाही खायची वेळ येईल.

"नाही जॉर्ज. माझ्याकडून नाही होणार हे काम. कार्यालयातून सरकारी कागदपत्र फक्त परराष्ट्र सचिवांच्या संमतीनेच बाहेर घेऊन जाता येतात." पावलो ठामपणे म्हणाला.

एवढ्यात जेवण आले. वेटर ते टेबलावर ठेऊन निघून गेल्यावर जॉर्ज म्हणाला,

"पावलो, मी तुझी अडचण समजू शकतो. आपण हा विषय विसरून जाऊ. आपल्या मैत्रीमधे त्याचा अडसर नको!" जॉर्ज म्हणाला.

दोघे इतर गप्पा मारत जेवत बसले. जेवण आटोपल्यावर दोघेही आपापल्या कामासाठी निघून गेले. त्या दिवशी संध्याकाळी पावलो दुसऱ्या पेगवर असताना त्याच्या डोक्यात जॉर्जने दुपारी काढलेला विषय आला. त्याच्या डोळ्यासमोर दोन हजार डॉलर्सची मोठी रक्कम दिसत होती. आपण जॉर्जला नकारात्मक उत्तर देऊन चूक तर नाही ना केली? काही कागदपत्रांच्या प्रती काढणे त्याला अवघड नव्हते. जुन्या

कागदपत्रांची कपाटे मंत्रालयाच्या तळघरात होती. तेथे पावलो बऱ्याचवेळा जायचा. पण कोणाच्या लक्षात आले तर? तशी शक्यता नव्हतीच. उप-सचिवांच्या सांगण्यावरून आपण प्रती काढत आहोत अशी काहीतरी सबब सांगता येईल. दोन हजार डॉलर्स मिळाले तर इरमावोला एक मोत्याचा सेट घेऊन तिचा आवाज कायमचा बंद करता येईल! मुलींसाठी चांगले कपडेही घेता येतील. बऱ्यापैकी पैसे शिल्लकही राहतील. पण सापडलो तर? पावलोच्या मनात द्वंद्व सुरू होते.

चार दिवस उलटले असतील. पावलोला सिंत्रा झागो बारमधे जॉर्ज पुन्हा दिसला. ते दोघे एकत्र प्यायला बसले. पावलोने धाडसाने परवाचा विषय काढला.

''जॉर्ज, परवा तू ज्या कामासंबंधी मला विचारले होते ते मला जमायची शक्यता आहे.''

''असं? ते कसं काय?'' जॉर्जने कुतूहलाने विचारले.

''नागरिकत्व विभागात माझा एक मित्र अलीकडेच बदलून आलाय. त्याची मदत घ्यावी लागेल.'' पावलोने थाप मारली.

''ठीक आहे. मी खर्चाचं बोललो होतो ते लक्षात आहे ना?'' जॉर्जने विचारले.

''हो!'' पावलो म्हणाला.

''पावलो, असं करू, उद्या संध्याकाळी इथेच पुन्हा भेटू. त्यावेळी पाचशे डॉलर्स देतो. उरलेले काम झाल्या झाल्या लगेच. फक्त १९५५ व १९५६ साली ब्राझिलच्या नागरिकत्वासाठी जे अर्ज सरकारला केले ते व त्यांच्याबरोबरचे कागदपत्र यांच्या प्रती मिळव. किती दिवस लागतील?''

''आठ दिवस तरी लागतील असं वाटतंय!''

आठ दिवसांनी पावलोने एक मोठी फाईलच जॉर्जच्या हॉटेलवर जाऊन दिली. जॉर्जने त्याला उरलेले पैसे दिले. पावलो गेल्या गेल्या जॉर्ज उर्फ मोसाद एजंट ईव्हान ब्रॉफमनने प्रत्येक कागद काळजीपूर्वक वाचायला सुरुवात केली. त्या दोन वर्षात बत्तीस जणांनी नागरिकत्वासाठी अर्ज केले होते. त्यापैकी आठ स्त्रिया व मुलांचे अर्ज त्याने बाजूला काढले. उरलेल्या प्रत्येक अर्जदाराचे वय व फोटो यावर त्याने लक्ष केंद्रित केले. फोटोची प्रत स्पष्ट नव्हती पण चेहरेपट्टीचा थोडा अंदाज येत होता. त्याने एकच अर्ज बाजूला काढला. त्यावर नाव होते

माल्कम लॉरेन्स व्हेन बोव्हेन!

त्या अर्जासोबत जोडलेले एक निवेदन त्याने वाचायला घेतले. "माझा हॉलंड येथील ऑर्नबर्ग या गावी दुग्ध प्रकल्प होता. माझ्या वैयक्तिक आयुष्यात घडलेल्या दुर्घटनांमुळे माझा व्यवसायातील रस निघून गेला. तो प्रकल्प मी विकायचा निर्णय घेतला..."

जॉर्ज उर्फ ईव्हानने पावलोवर आणखी एक कामगिरी सोपवली. त्या अर्जावरचा मूळ फोटो व अर्जदाराचा सध्याचा पत्ता मिळवायला त्याने पावलोला सांगितले. त्यासाठी एक हजार डॉलर्स देऊ केले. त्यावेळी ब्राझिल सरकारची एक योजना अशी होती की जो कोणी एखाद्या सरकारी उद्योगधंद्यात पन्नास हजार डॉलर्सची गुंतवणूक करेल त्याला ब्राझिलचा निवासी व्हिसा व यथावकाश नागरिकत्व द्यायचे. त्या अर्जावरून ईव्हानच्या लक्षात आले की अर्जदाराने आ-फामोसा मिनरल्स या सरकारी कंपनीत गुंतवणूक केली आहे. ईव्हानने त्या कंपनीच्या रेकॉर्डवरून माल्कम बोव्हेन उर्फ रूडॉल्फ राईकमनचा सध्याचा पत्ता मिळवला. त्याचा फोटो पाहिल्यावर ईव्हानची खात्री पटली की तो राईकमनच आहे. त्याने राईकमनच्या घरावर पाळत ठेऊन त्याला प्रत्यक्ष पाहिले व दुर्बीण जोडलेल्या कॅमेऱ्याने त्याचे बरेचसे फोटोही काढले. त्याच्या घरी मारिया शिवाय कोणाचे जाणे-येणे नव्हते. मारियाच्या घरावरही त्याने पाळत ठेवली. त्याने एके दिवशी आपली सहाय्यक एजंट लिंडा मेरॉनला आपल्या कार्यालयात बोलावले.

"लिंडा, आपल्याला एक महत्त्वाची कामगिरी पार पाडायची आहे!"

"कोणती ईव्हान?"

"हा फोटो पहा. ही आहे नओमी फिल्हो. आणि हा दुसरा फोटो पहा. ही आहे नओमीची आई, मारिया. ती रिओमधे एका गृहस्थाच्या घरी काम करते. तुला नओमीशी मैत्री करून तिच्या घरी जाणे-येणे जमते का हे पहायचे आहे!"

"ईव्हान, का नाही जमणार?" लिंडा आत्मविश्वासाने म्हणाली.

त्यांनी ती कामगिरी केशी पार पाडायची याची योजना आखली. एडी रोझदाल उर्फ लिंडा मेरॉन ही 'मोसाद'ची एजंट असावी अशी मारिया किंवा नओमीला शंका येणे शक्यच नव्हते. जेव्हा एडी उर्फ

लिंडो मारियाच्या घरी रहायला गेली तेव्हा एके संध्याकाळी तिने मारिया जवळच्या राईकमनच्या घराची किल्ली कोणाच्याही लक्षात न येता बाहेर नेऊन त्याची डुप्लिकेट बनवून घेतली!

ही सर्व तयारी झाल्यावर ईव्हान होफींना भेटायला तेल अवीवला गेला होता.

"यित्झाक, तुमच्या अधिकाऱ्यांनी खरंच कमाल केली आहे. बरं, आता पुढे कोणती पावले उचलायचं ठरवलं आहे?" पंतप्रधानांनी विचारले.

"सर, राईकमनला अटक करून त्याला ईस्रायलला पाठवा अशी ब्राझिलच्या सरकारला विनंती करण्यात एक मोठा धोका आहे. तो राईकमनच आहे हे ते मान्य करणार नाहीत. शिवाय राईकमनचे सरकार दरबारी काही लागेबांधे असण्याची शक्यता आहे. आपल्याला त्याचा शोध लागला आहे अशी कुणकूण त्याच्या कानावर गेली तर तो पुन्हा परागंदा व्हायची शक्यता आहे. माझ्या डोळ्यासमोर फक्त एकच पर्याय आहे!" होफी म्हणाले.

"कोणता, यित्झाक?" पंतप्रधानांनी विचारले.

"सर, राईकमनचे अपहरण करून त्याला इकडे आणलं पाहिजे!" होफी उत्तरले.

"असं? ते शक्य होईल आपल्याला?"
पंतप्रधानांनी विचारले.

"माझे सहकारी ही कामगिरी अतिशय काळजीपूर्वक पार पाडू शकतील." होफी आत्मविश्वासाने म्हणाले.

त्यावर त्या दोघांनी खूप चर्चा केली. पंतप्रधानांनी तो प्रस्ताव मंजूर केला.

"यित्झाक, राईकमनला सुखरूप इकडे आणण्यासाठी जे जे करावं लागेल ते ते करायचे मी तुम्हाला अधिकार देतो. पण ही कामगिरी यशस्वी व्हायलाच पाहिजे. हवं तर अमेरिकेचे अध्यक्ष कार्टरना मी फोन करून सीआयएची मदत लागेल असं सांगून ठेवतो." पंतप्रधान बेगिन म्हणाले.

"ठीक आहे, सर! त्यांचा खूप उपयोग होईल. आता आम्ही पुढच्या तयारीला लागतो!" यित्झाक उठत म्हणाले.

''केव्हाही माझी मदत लागली तर मला सांगा!''
पंतप्रधानांनी यित्झाक होफींना आपल्या पाठिंब्याची हमी दिली.

अंतोन बेन हारी यांची गाडी ईस्रायलच्या पश्चिमेच्या भूमध्य समुद्र किनाऱ्यावरच्या नेतान्या या गावाच्या एका उपनगराकडे चालली होती. तेथे त्यांना ईस्रायलचे सुप्रसिद्ध नाट्य व चित्रपट अभिनेते कोपोल यांची भेट घ्यायची होती. कोपोल ईस्रायलच्या नाट्य व चित्रपट क्षेत्रातलं एक प्रथितयश व्यक्तिमत्त्व. १९४९ मधे त्यांनी वयाच्या त्रेचाळिसाव्या वर्षी हॉलंडहून ईस्रायलला स्थलांतर केले. जवळजवळ पंचेचाळीस वर्षे त्या क्षेत्रात काम केल्यानंतर दोन वर्षापूर्वी सत्तराव्या वाढदिवसादिवशी त्यांनी आपली नाट्य व चित्रपट क्षेत्रातून निवृत्ती जाहीर केली. नेतान्या या गावच्या उपनगरात एक सुंदर बंगला त्यांनी आधीच बांधून ठेवला होता. बागकाम, वाचन, फिरणे व रोज संध्याकाळी आपल्या तीन मित्रांबरोबर दोन अडीच तास ब्रिज खेळणे यात त्यांचा वेळ जात असे. सोबत फक्त पत्नी डोरोथी होती. आऊटहाऊसमधे घराची देखभाल करणारे एक जोडपे रहायचे. मुलगा तेल अवीवला एका बँकेत मोठ्या हुद्द्यावर होता. विवाहित मुलगी एका मोठ्या उद्योग समूहात अधिकारी पदावर होती व जावई वकील. मुलगा, सून, मुलगी, जावई व नातवंडे यांचे त्यांच्याकडे अधूनमधून जाणे-येणे असायचे. ते आले की कोपोलना आनंदाचे उधाण यायचे. नातवंडांबरोबर समुद्रकिनारी भटकणे, पिकनिकला जाणे, चांगल्या चांगल्या रेस्टॉरंटमधे त्यांना जेवायला घेऊन जाणे यात त्यांचा वेळ भुर्रकन निघून जायचा.

काल पंतप्रधानांच्या कार्यालयातून 'तुम्हाला भेटायला एक वरिष्ठ अधिकारी येऊ इच्छितात' हा निरोप मिळाल्यावर ते चक्रावून गेले. काय बरं काम असेल? खूप महत्त्वाचं असल्याशिवाय पंतप्रधानांच्या कार्यालयातून फोन येणार नाही. भेटीची वेळ ठरली.

बेन हारींनी कोपोलना आपली ओळख करून दिली व त्यांच्याशी एकांतात काही महत्त्वाच्या गोष्टींबद्दल बोलायचे आहे असे सांगितले. कॉफी झाल्यानंतर ते दोघे कोपोल यांच्या अभ्यासिकेत गेले.

'' 'मोसाद'ला रूडॉल्फ राईकमनचा शोध लावण्यात यश आलं

आहे. त्याच्यावर खटला भरून त्याला शासन होणे आवश्यक आहे. सध्या तो ब्राझिलमधे आहे. त्याला इकडे आणण्यासाठी आम्हाला तुमची मदत हवी आहे!''

कोपोलनी आश्चर्यचकित होऊन विचारले,

''कुठे सापडला तो? लाखो ज्यू बांधवांचा अन्न्वित छळ आणि त्यांचा संहार करणाऱ्या त्या नराधमास शासन व्हायलाच हवे. त्यासाठी कसलीही मदत करायला मी तयार आहे, पण 'मोसाद'मधे इतके कर्तबगार अधिकारी असताना माझीच मदत कशासाठी हवी आहे?''

''एवढ्यासाठीच की सध्याचा राईकमन आणि तुमच्या चेहरेपट्टीत खूप साम्य आहे. हे पहा फोटो!''

ईव्हानने वेगवेगळ्या दिशेने घेतलेले राईकमनचे फोटो कोपोलना दाखवले. ते पाहून ते म्हणाले, ''खरंच की! पण तुमची आता पुढची योजना काय आहे?''

''तुम्ही एका प्रसिद्ध पोर्तुगीज पोर्ट वाईन कंपनीचे मालक आहात असे भासवून रिओ-द-जनेरोला जायचे. तुमच्या बरोबर असेल एजंट जेरोम तुमचा मुलगा बनून तर एजंट ईव्हान व एजंट रॉनी तुमचे पुतणे बनून. तुम्ही सर्वांनी तेथे जाऊन...''

बेन हारींनी 'मोसाद'ने आखलेल्या योजनेची कोपोलना थोडक्यात कल्पना दिली.

रिओ-द-जनेरो, सप्टेंबर १९७८

ज्या दिवशी सकाळी सव्वा सहा वाजता 'मेंडोझा' मंडळी कार्कोव्हादो डोंगरावरून सूर्योदय पहायला बाहेर पडली ती सरळ गेली ॲग्वा सॅन्ताकडे. वाटेत एका ठरलेल्या ठिकाणी एजंट डॉ. जेकन गाडीमधे त्यांची वाट पाहत होता. कोपोल व्हॅन मधून उतरून डॉ. जेकबच्या गाडीत गेले. डॉ. जेकबने एक मोठा बॉक्स व्हॅनमधे ठेवला. व्हॅनमधून ईव्हान, जेरोम व रॉनी राईकमनच्या फ्लॅटकडे गेले. जाता जाता त्यांनी बॉक्समधील पिस्तुले आपापल्या जॅकेटमधे ठेवली. सातच्या ठोक्याला ते मारिस्को अपार्टमेंटच्या आवारात पोहोचले. बरोबर सात वाजून दहा मिनिटांनी त्यांनी राईकमनच्या फ्लॅटचे कुलूप उघडून आत प्रवेश केला. फिरायला जायच्या तयारीला असलेला राईकमन त्यांना पाहताच

आश्चर्याने अवाक् झाला. ईव्हानने त्याच्यावर पिस्तुल रोखले व म्हणाला,

''गुपचूप आमच्या बरोबर चल. कसलीही हुशारी दाखवलीस तर इथल्या इथे मेंदूच्या ठिकऱ्या उडवल्या जातील.'' एजंट जेरोम व रॉनी यांनीही आपली पिस्तुले बाहेर काढली होती.

राईकमनला प्रतिकार करणे शक्यच नव्हते. त्याला कळायचे ते कळून चुकले. त्यांच्याबरोबर गुपचूप जाण्याला पर्याय नव्हता. पाच मिनिटांच्या आत ते राईकमनसह व्हॅनमधे बसले. रॉनीने व्हॅन ऑग्वा सॉन्ता येथेच मोसादने भाड्याने घेतलेल्या बंगल्याच्या गॅरेजमधे घेतली. गॅरेजमधून घरात जायला एक रस्ता होता. गॅरेजचे दार बंद झाल्यावर ते राईकमनला घेऊन घरात गेले. कोपोल व एजंट जेकब तेथे नुकतेच येऊन पोहोचले होते. राईकमनचा चेहरा पांढरा फटफटीत पडला होता.

रॉनीने मेकअपचे साहित्य काढले. राईकमनचे थोडे केस कापून त्याचे वळण हुबेहूब कोपोल यांच्यासारखे केले. चेहऱ्यावर थोडी रंगरंगोटी करून तो कोपोल यांच्या चेहऱ्याशी मिळता जुळता केला. कोपोलनी आपल्या अंगावरचे कपडे उतरवले व ते राईकमनला घालायला लावले. आठ वाजत आले होते. सर्वांनी नाश्ता करून घेतला. राईकमनलाही टोस्ट, एक उकडलेले अंडे, सफरचंद व कॉफी असा नाश्ता दिला. डॉ. जेकब म्हणाला,

''आधी याला खायला घातलं पाहिजे. धडधाकट अवस्थेत त्याला ईस्त्रायलला घेऊन जायचं आहे!''

सर्वजण मनसोक्त हसले. दरम्यान कोपोलनी कपडे बदलले. त्यांनी करड्या रंगाचा सूट व फिकट निळ्या रंगाचा टाय परिधान केला. त्यांना त्याच दिवशीचे व्हॅरिग विमान कंपनीचे दुपारी एक वाजून पस्तीस मिनिटांनी सुटणारे ॲमस्टरडॅमला जाणारे विमान पकडायचे होते. त्यांचे तिकीट व 'मोसाद'ने मिळवलेला नकली ब्राझिलियन पासपोर्ट हॉलंडच्या व्हिसासहित तयार होता. त्यावर नाव होते मिस्टर माल्कम लॉरेन्स व्हॅन बोव्हेन!

राईकमनकडे पाहत डॉ. जेकब ईव्हानला म्हणाला,

''तुमचा 'ग्रीन सिग्नल' आला की मगच याला झोपेचे इंजेक्शन देतो.''

''ठीक. मी व रॉनी बरोबर साडे आठला हॉटेलकडे जायला निघतो. जेरोम बरोबर नऊ वाजता ग्विमाराएस एव्हिएशनला फोन करून आमच्या कंपनीची साओ पावलो येथे होणारी बैठक पुढे ढकलल्याचे सांग. होजे तिकडे साडेनऊच्या सुमारास फोन करेल. विमानतळावर किती वाजता भेटायचं ते मी हॉटेलवरून कळवतोच.'' ईव्हान म्हणाला.

तेथून निघण्यापूर्वी ईव्हान कोपोलना म्हणाला,

''तुमचे आभार कसे मानू? तुमच्यामुळे हे सगळं शक्य होतंय!''

''आभार मानायची गरजच नाही.'' राईकमनकडे पाहत कोपोल म्हणाले, ''या नराधमाला आपल्या देशात नेण्याच्या कामगिरीस माझा हातभार लागला हे मी माझे भाग्य समजतो!''

''आपण नंतर भेटू!'' ईव्हान म्हणाला.

''तुम्ही सगळे माझ्याकडे नेतान्याला राहायला या!''

''नक्कीच!'' ईव्हान म्हणाला.

ती कामगिरी पार पाडण्यासाठी कोपोल त्या सर्वांबरोबर एक महिना एकत्र राहिले होते. कित्येक रंगीत तालमी झाल्या होत्या. त्या दरम्यान सर्वांची कार्यकुशलता पाहून ते प्रभावित झाले होते. त्यांच्याबद्दल कोपोल यांच्या मनात स्नेहाची भावना निर्माण झाली नसती तर नवल!

बरोबर साडे आठला ईव्हान व रॉनी हॉटेलकडे जायला निघाले. साडेनऊ वाजता कोपोल विमानतळाकडे जायला निघाले. त्यांच्यासाठी आधीच टॅक्सीची सोय करून ठेवली होती. सव्वा दहा वाजता एजंट झॅक रुग्णवाहिका घेऊन पोहोचला. तो तिचा ड्रायव्हर बनला होता. त्याने ड्रायव्हरचा निळा गणवेश घातला होता. डॉ. जेकबने पांढरा कोट चढवला व गळ्यात स्टेथोस्कोप अडकवला. औषधांची बॅग तयार होतीच. प्रवासादरम्यान झोपेच्या इंजेक्शनची गरज पडली तर ती त्या बॅगेत होती. साडेदहा वाजता ईव्हानचा फोन आल्यानंतर डॉ. जेकबने राईकमनला झोपेचे इंजेक्शन दिले. त्याच्या तोंडावर ऑक्सिजनचा मास्क लावला. त्याला स्ट्रेचरवर झोपवून ट्रॉली रुग्णवाहिकेत चढवली. त्याच्या अंगावर गळ्यापर्यंत हिरवी चादर घातली व हाताला सलाईन जोडले. झॅकच्या शेजारी डॉ. जेकब व मागे राईकमन बरोबर जेरोम बसले. रुग्णवाहिका विमानतळाकडे निघाली.

होजेंना विमानतळावर 'मेंडोझा' कुटुंबियांचा निरोप घेऊन हॉटेलवर परतायला एक तास लागला. त्यावेळी राईकमनला न्यूयॉर्ककडे घेऊन जाणारे 'फाल्कन' ब्राझिलियावरून तीस हजार फूट उंचीवरून उडत होते. संध्याकाळी सहा वाजता ते न्यूयॉर्कच्या ला गार्डिया विमानतळावर पोहोचणे अपेक्षित होते. एजंट झॅकने रिओवरून फोन करून सीआयएला याची कल्पना दिली. त्यांना 'मोसाद'च्या त्या योजनेची पूर्वकल्पना होतीच. विमानतळावर चार वाजल्यापासून सीआयएचे सहा उच्च अधिकारी हजर होते. विमानतळावरच्या दूरसंचार संचालकांना रिओहून येणाऱ्या 'खास' फाल्कन विमानाची त्यांनी कल्पना दिली होती. त्याला प्राधान्याने उतरायची परवानगी देण्यात येणार होती. अमेरिकेच्या हवाईदलाचे लॉकहिड गॅलेक्सी विमान राईकमनला तेल अवीवला घेऊन जाण्यासाठी सज्ज होते.

दुसऱ्या दिवशी पहाटे कोपोल ॲमस्टरडॅमच्या शिफोल विमानतळावर पोहोचले व त्यांनी सर्व सोपस्कार पार पाडल्यावर झूमस्टेगसाठी टॅक्सी केली. झूमस्टेग हे त्यांचे जन्म ठिकाण. गेल्या दीड महिन्यांच्या धावपळीचा व दगदगीचा थकवा घालवण्यासाठी त्यांनी हॉलंडमधे आठ दिवस विश्रांती घ्यायचे ठरवले होते. नेतान्याहून पत्नी डोरोथीही तेथे पोहोचणार होती. त्यांनी द हेगच्या स्केव्हनिंगेन बीचवरील एका उंची हॉटेलमधे खोली आरक्षित केली होती. पण जेव्हा जेव्हा कोपोल हॉलंडला जात, तेव्हा तेव्हा सर्वप्रथम ते झूमस्टेगला जात. तेथे एक दोन दिवस आपल्या दूरच्या चुलतभावाच्या फार्मवर राहत व मगच इतर कार्यक्रमाला सुरुवात करत. 'मोसाद'ने जेव्हा त्यांना सांगितले की आपल्याला माल्कम बोव्हेन रिओवरून हॉलंडला गेला आहे असे भासवायचे आहे व त्यासाठी कोपोलना माल्कम बोव्हेन या नावाचा नकली पासपोर्ट वापरून ॲमस्टरडॅमला जायचे आहे तेव्हा त्यांना एकाअर्थी आनंदच झाला होता. जन्मभूमीला भेट द्यायची संधी ओघाओघानेच आली होती. त्यांनी आपण हॉलंडमधे आठ दिवस विश्रांती घेऊ इच्छितो असे जेव्हा 'मोसाद'च्या अधिकाऱ्यांना सांगितले तेव्हा 'मोसाद'ने त्याबाबतीत कोणताही आक्षेप घ्यायचे कारण नव्हते.

रिओ विमानतळावरील इमिग्रेशन कार्यालयातून 'माल्कम लॉरेन्स

व्हॅन बोव्हेन' ही व्यक्ती वीस सप्टेंबर या दिवशी ॲम्स्टरडॅमला गेल्याची माहिती जेव्हा तिचा तपास करणाऱ्या इन्स्पेक्टर आव्हेलिनोला मिळाली तेव्हा त्याने त्या प्रकरणावर पडदा टाकला व मारिया फिल्होला सांगितले की मिस्टर बोव्हेन आपल्या जन्मभूमीला निघून गेले आहेत!

वीस सप्टेंबरला रात्री आठ वाजता अमेरिकन हवाईदलाच्या विमानाने राईकमन व 'मोसाद'च्या अधिकाऱ्यांना घेऊन हवेत झेप घेतली. ते लंडन येथे इंधनासाठी सकाळी सात वाजता उतरले व आठ वाजता तेल अवीवसाठी पुन्हा त्याने हवेत झेप घेतली. बरोबर साडेअकरा वाजता त्यांचे तेल अवीवच्या बेन गुरियन विमानतळावर आगमन झाले. त्या सर्वांच्या स्वागताला यित्झाक होफी व अंतोन बेनहारी विमानतळावर हजर होते. राईकमनला आणण्यात सहभागी झालेल्या आपल्या अधिकाऱ्यांना त्यांनी मिठी मारून त्यांचे अभिनंदन केले. राईकमन शुद्धीवर आला होता. त्याच्याजवळ जाऊन यित्झाक म्हणाले,

"ओळखलंस का मला?"

क्षीण आवाजात राईकमनने विचारले,

"कोण?"

"मी यित्झाक होफी, ऑशवित्झमधे माझ्या बांधवांचे मृतदेह गॅसचेंबरमधून काढून त्यांची विल्हेवाट लावायचं काम करत होतो!"

राईकमन काही बोलला नाही. त्याची रवानगी एका अज्ञात स्थळी कडक सुरक्षेत करण्यात आली. त्यानंतर दोन दिवसांनी यित्झाक होफी राईकमनला भेटायला गेले.

"राईकमन, तू केलेले अत्याचार व संहार याबद्दल तुझ्यावर आम्ही खटला भरणार आहोत. याबद्दल तुला काय म्हणायचे आहे?"

"मला आत्ता काहीही म्हणायचे नाही. जे काय म्हणायचं आहे ते न्यायालयात सांगेन.''

"ठीक आहे. पण तू राईकमनच आहेस हे तरी कबूल करतोस?''

"हो. मी रूडॉल्फ राईकमन आहे हे नाकारित नाही.''

त्यानंतर लवकरच पंतप्रधान व यित्झाक होफी यांनी खास वार्ताहर परिषद बोलावली. जगातील विविध प्रमुख वर्तमानपत्रे, टी.व्ही. व

रेडिओ स्टेशन यांचे प्रतिनिधी व ईस्रायलचे वार्ताहरही हजर होते. एवढी उच्चस्तरीय वार्ताहर परिषद अचानक कोणती घोषणा करण्यासाठी बोलावली याचा ते सर्वजण अंदाज बांधत होते. आत्तापर्यंत राईकमन प्रकरणात अतिशय काटेकोरपणे गोपनीयता पाळण्यात आली होती. पण आता ती गोष्ट संपूर्ण जगासमोर आणण्यास मुळीच हरकत नाही यावर पंतप्रधान बेगिन व होफी यांचे एकमत झाले होते. भरगच्च अशा वार्ताहर परिषद कक्षात ते दोघे आले.

पंतप्रधान तेथील कित्येक माईक असलेल्या टेबलासमोरील खुर्चीवर स्थानापन्न झाले. त्यांच्या शेजारच्या खुर्चीवर होफी बसले. सर्वांचे लक्ष ते काय घोषणा करतात याकडे लागून राहिले होते. त्यांचा अंदाज होता की पॅलेस्टाईन विषयाच्या धोरणातील काही महत्त्वपूर्ण बदल त्यांना सादर करायचे असावेत.

"कुप्रसिद्ध नाझी युद्धगुन्हेगार, ऑशवित्झच्या अत्याचारांचा जनक व नाझी जर्मनीचा हस्तक, रूडॉल्फ राईकमन याला शोधून काढण्यात ईस्रायलला यश मिळालं आहे. सध्या तो ईस्रायलमध्ये असून त्याच्यावर यथावकाश गुन्हा दाखल केला जाईल!"

पंतप्रधानांनी ही घोषणा करताच उपस्थितांमध्ये एकच खळबळ उडाली. त्यांनी एका मागून एक प्रश्न विचारायला सुरुवात केली.

"तो कुठे सापडला? आत्तापर्यंत तो कुठे होता? त्याला कुठे ठेवण्यात आलं आहे? त्याला ईस्रायलमध्ये कोणी व कसा आणला?" अशा व इतर अनेक प्रश्नांची सरबत्ती सुरू झाली.

यित्झाक होफींनी थोडक्यात 'मोसाद'च्या योजनेची कल्पना दिली. पण त्याला कुठे ठेवले आहे हे सांगितलं नाही. त्या योजनेत सीआयएचा सहभाग होता हे ही सांगितले. त्यांनी राईकमनचे रिओ येथे ईव्हानने घेतलेले काही फोटो उपस्थितांना दाखवले व त्याच्या प्रती त्यांना दिल्या.

दुसऱ्या दिवशीच्या वेगवेगळ्या देशातील सर्व प्रमुख वर्तमानपत्रांनी व दूरदर्शन वाहिन्यांनी त्या बातमीला प्राधान्य दिले. राईकमनचे जुने व होफींनी दिलेले फोटोही छापले. संपूर्ण ईस्रायलमध्ये, इतर देशात वास्तव्यास असलेल्या ज्यूंमध्ये व नाझी जर्मनीची घृणा असणाऱ्या सर्वांमध्ये आनंदाची लाट उसळली.

त्या दिवशी दुपारी नओमी ग्रंथालयात वर्तमानपत्रांच्या दालनात

गेली. तिचे लक्ष 'ओ ग्लोबो' या रिओच्या प्रमुख वर्तमानपत्राकडे गेले. तिने जेव्हा ती बातमी वाचली तेव्हा ती हातातले काम सोडून तडक घरी गेली.

''आई, हे वाच! ज्या मिस्टर बोव्हेन यांच्याकडे तू काम करायचीस ते एक कुप्रसिद्ध युद्ध गुन्हेगार होते!'' डोळे विस्फारत नओमी म्हणाली.

''काय सांगतेस काय? पाहू बरं पेपर!'' मारियाने भरभर ती बातमी वाचून काढली.

''नओमी, अगं ज्याच्या घरी मी तीन वर्षें काम केलं तो एवढा अमानुष गुन्हेगार होता हे पटतच नाही मला. त्याने आपल्या पूर्वींच्या आयुष्यातील घटना इतक्या रंगवून सांगितल्या होत्या की त्यावर कोणाचाही विश्वास बसावा. जेव्हा त्याने आपल्या पत्नी व मुलांचा विमान अपघातात मृत्यू झाल्याची घटना सांगितली त्यावेळी त्याच्या डोळ्यात अश्रू आले होते. बापरे! एवढ्या क्रूर माणसाकडे मी काम करत होते?''

''आई, हे वाचलंस, आपल्याकडे राहिलेली एडी रोझदाल ईस्रायलची गुप्तहेर होती म्हणे!''

''खरंच की काय? अगं, काडीची शंका आली नाही तिची आपल्याला!''

इतक्यात मारियाच्या घराची घंटी वाजली. नओमीने दार उघडले. काही वार्ताहर मारियाची व नओमीची मुलाखत घ्यायला आले होते. आता त्या दोघी प्रकाशझोतात आल्या होत्या. काही वेळाने दूरदर्शनवर त्यांची मुलाखत घेण्यासाठी त्यांना त्यांच्या केंद्रावर न्यायला गाडी आली. त्यांनी मुलाखती द्यायचे टाळले नाही. दुसऱ्या दिवशी सकाळी लंडनहून 'द सन' या वृत्तपत्राचा प्रतिनिधी मारियाकडे आला.

''आमच्या वृत्तपत्रात तुमच्या अनुभवांवर आधारित एक लेखमाला आम्हाला छापायची इच्छा आहे. तुम्ही फक्त आम्हाला सविस्तर माहिती द्यायची. आम्ही ती ध्वनिमुद्रित करून त्यावरून लेखमाला लिहून प्रसिद्ध करू. त्यासाठी मानधन म्हणून पंचवीस हजार अमेरिकन डॉलर्स द्यायची आमची तयारी आहे. पण एक अट आहे की अशा प्रकारची लेखमाला तयार करायला तुम्ही इतर कोणत्याही वृत्तपत्राला कबूल व्हायचे नाही.''

मारिया व नओमीचा त्यावर विश्वासच बसेना. त्या गृहस्थाने एक करार आधीच लिहून आणला होता. त्यावर त्या दोघींनी सह्या केल्या. आपल्याला या प्रकरणातून मोठा आर्थिक लाभ होईल व आपल्या विवंचना कायमच्या मिटतील याची त्यांना अजिबात कल्पना नव्हती.

तो गृहस्थ होजेंकडेही गेला. त्यांच्याजवळही त्याने तो प्रस्ताव मांडला. होजेंनी त्यास नकार दिला. कारण वृत्तपत्रांना मुलाखती देणे त्यांच्या कंपनीच्या व्यावसायिक नीतिप्रणालीत बसत नव्हते. त्यांनी वार्ताहरांना फक्त एवढेच सांगितले की, 'ते' चौघे मॅजेस्टिक रिओ पॅलेसमधे १२ ते २० सप्टेंबर या दरम्यान राहिले होते. हॉटेलच्या नोंदणी पुस्तकानुसार त्यांची नावे होती...''

तेल अवीव, सप्टेंबर १९७८

ब्राझिलच्या तेल अवीव येथील दूतावासातून ईस्रायलच्या परराष्ट्र मंत्रालयात संदेश आला की राजदूत पेन्रा यांना परराष्ट्रमंत्र्यांची भेट घ्यायची आहे. भेटीची वेळ ठरली.

परराष्ट्रमंत्री जेरोम रोस्टॉक यांनी राजदूत पेन्रा यांचे स्वागत केले.

''मंत्रीमहोदय, ब्राझिल सरकारच्यावतीने निषेध नोंदवण्यासाठी मी आज आपल्या भेटीस आलो आहे. तुमच्या सरकारच्या हस्तकांनी खोटी नावे व कारणे सांगून ब्राझिलमधे प्रवेश केला व तेथून ब्राझिलच्या माल्कम व्हॅन बोव्हेन या नागरिकाचे अपहरण करून आंतरराष्ट्रीय कायद्यांचे उल्लंघन केले आहे. ईस्रायलच्या सरकारने आमच्या देशात हस्तक्षेप करून बेकायदेशीर कारवाया केल्याबद्दल आमची जाहीर माफी मागावी व ब्राझिलचे नागरिक माल्कम व्हॅन बोव्हेन यांना ब्राझिलच्या ताब्यात द्यावे अशी मी विनंती करत आहे.''

असे म्हणून त्यांनी एक सरकारी खलिता मंत्री रोस्टॉक यांच्याकडे दिला. तो त्यांनी स्वीकारला. ते मनातल्या मनात म्हणाले, तुमची येथून पाठ फिरल्यावर सर्वप्रथम हा खलिता केराच्या टोपलीत जाईल! राईकमनला ब्राझिलच्या ताब्यात देण्यासारखी हास्यास्पद मागणी की कधीच ऐकली नव्हती. माफी मागण्याचा तर प्रश्नच उद्भवत नाही. पण राजशिष्टाचारास अनुसरून ते राजदूतांना म्हणाले,

''ईस्रायलचे सरकार आपल्या विनंतीचा विचार करून योग्य ते उत्तर लवकरच देईल!''

त्यानंतर ईस्रायलच्या सरकारने त्या विनंतीचे उत्तर दिले नाही व ब्राझिलच्या सरकारने तो प्रश्न धसाला लावला नाही.

पंतप्रधान बेगिननी तो किस्सा यित्झाक होफींना सांगितल्यावर दोघे त्यावर एक 'मोठा विनोद' म्हणून हसले.

सात

वॉर्सा, जुलै १९९८

राईकमन प्रकरणाचा सखोल अभ्यास असलेल्या सोफियाकडून त्याची इत्थंभूत माहिती व त्याचे बारकावे ऐकून अंत्वान व मी आश्चर्यचकित झालो होतो. त्या दिवशी संध्याकाळी क्राकौमधील उपहारगृहात आमच्या गप्पा रात्री साडे-अकरा पर्यंत चालल्या. दुसऱ्या दिवशी आम्हाला सकाळी लवकर उठून वॉर्साला जायचे होते. पण ते प्रकरण एका रहस्यमय कादंबरीप्रमाणे माझी उत्कंठा वाढवत होते. आता राईकमनच्या आयुष्याचा पट ‘अथ’ पासून ‘इति’पर्यंत समजल्याशिवाय मला चैन पडणार नव्हती.

वॉर्समधे आम्ही संध्याकाळी एकत्र बसून आमच्या गप्पा पुढे चालू ठेवल्या.

‘‘सोफिया, ‘मोसाद’ने राईकमनला सहीसलामत ईस्रायलला कसे आणले हे तू सविस्तरपणे आम्हाला सांगितलंस, पण युद्ध संपत आलं तेव्हा ऑशवित्झमधे काय परिस्थिती होती व तो तेथून गायब होऊन दक्षिण अमेरिकेस कसा पोहोचला याचा मला अजून उलगडा झालेला नाही.’’ मी म्हणालो.

‘‘हो, त्याबाबतीत मी तुम्हाला काहीच सांगितलं नाही! अर्थात राईकमनला ईस्रायलमधे आणल्यानंतरच त्या दहा वर्षाच्या कालावधीमधे तो कुठे होता व त्यापेक्षा महत्त्वाचे, तो ऑशवित्झमधून कसा सटकला याचा उलगडा झाला. सुरुवातीला चूप राहणाऱ्या राईकमनला नंतर ‘मोसाद’ने बोलते केले व त्याच्याकडूनच तो तपशील मिळवला. ऑशवित्झच्या अत्याचारांची माहिती १९४३पासून हळूहळू जर्मनी व जपान विरुद्ध लढणाऱ्या मित्रराष्ट्रांपर्यंत जाऊन पोहोचत होती. अनेक

ज्यू संघटनांनी तेथील अत्याचार थांबवण्यासाठी योग्य ती पावले उचलायचे मित्रराष्ट्रांना आवाहन केले. परंतु त्यावेळी जर्मन सैन्याचा पोलंड व युरोपच्या इतर भागावरचा ताबा पक्का होता. मित्रराष्ट्रांनीही एकत्र येऊन जर्मनीवर हल्ले चालू ठेवले. सर्व बलाढ्य राष्ट्रे युद्धात उतरल्यामुळे जर्मनांची पकड ढिली होऊ लागली. १९४४ च्या जून मधे युद्ध निर्वासित मंडळाने ऑशवित्झमधील गॅसचेंबर्स व तेथील रेल्वे मार्गावर बाँब हल्ले करायची विनंती अमेरिकेला केली. पण त्यात अनेक अडचणी होत्या. जुलैमधे रशियन फौजांनी पोलंडमधे जर्मन सैन्याला नामोहरम केले. जर्मनांची पिछेहाट होत होती. १९४५ च्या जानेवारीत रशियन फौजा ऑशवित्झच्या नजीक येऊन ठेपल्या. छावणीमधे प्रचंड गोंधळ माजला होता. अधिकाऱ्यांनी दिसेल त्याला गोळ्या घालायचे आदेश दिले होते. सव्वीस जानेवारीच्या रात्रीपासून राईकमनचा पत्ता नव्हता. सत्तावीस जानेवारीस रशियन सैनिकांनी ऑशवित्झ आपल्या ताब्यात घेतले. बरेचसे जर्मन अधिकारी शरण आले. बंदिवासातील ज्यूंची मुक्तता केली. मृत्यूच्या उंबरठ्यावरून माघारी फिरलेल्या ज्यूंनी रशियन सैनिकांचे आनंदाने बेहोश होऊन स्वागत केले!"

रशियन सैनिकांनी राईकमनसाठी ऑशवित्झ व परिसराचे जंग जंग पछाडले पण तो केव्हाच त्यांच्या हातावर तुरी ठेवून परागंदा झाला होता!

युरोप व दक्षिण अमेरिका, १९४५ ते १९५५

२६ जानेवारी १९४५ च्या रात्री ऑशवित्झच्या छावणीपर्यंत दूरवर चाललेल्या गोळीबाराचा आवाज ऐकू येत होता. राईकमन अस्वस्थ झाला होता. त्याची खात्री झाली की ऑशवित्झ मित्रराष्ट्रांच्या फौजांच्या हाती पडणार. आता प्रश्न होता ते केव्हा होणार याचा. त्याच्याकडे येणाऱ्या बातम्यांवरून सिद्ध होत होते की रशियन फौजांनी उत्तर व मध्य पोलंडवर कब्जा केला आहे. त्याने रात्री अकरा वाजता आपल्या जीपमधे एक बॅग ठेवली. आपला गणवेश अंगावर चढवला. त्याने चौकीदारास सांगितले की तो जवळच्या जर्मन सैनिकी तळावर चालला आहे. त्याने जीप ऑशवित्झच्या दक्षिणेला

झेकोस्लोव्हाकियाच्या दिशेला वळवली. ज्या दिशेने रशियन सैन्याची आगेकूच होत होती त्याच्याबरोबर विरुद्ध दिशेला त्याने आपला मोर्चा वळवला. रात्रभर खूप सावधानतेने लहान लहान रस्त्यांवरून जीप चालवत त्याने पहाटे झेकोस्लोव्हाकियाच्या हद्दीत प्रवेश केला. युद्धामुळे सर्वत्र गोंधळाचे वातावरण होते. तो बोहुमिन या झेक खेड्याजवळ पोहोचला. जीप त्याने दाट झाडीमधे लपवली. गणवेश जंगलात फेकून दिला व जवळचे साधे कपडे अंगावर चढवले. चार किलोमीटर अंतर चालत चालत तो बोहुमिन येथे पोहोचला. तेथे एका छोट्या 'इन'मधे त्याला एक खोली मिळाली. तेथून त्याला प्रागला जायचे होते. त्या खेड्यातच एक जुनाट टॅक्सी त्याला भाड्याने मिळाली. तिने तो प्रागमधे पोहोचला. प्रागमधे दोन दिवस एका हॉटेलमधे राहून तेथून थांबत थांबत तो फ्रँकफर्ट, कोलोन मार्गे हॉलंडच्या हद्दीत घुसला. बस, रेल्वे, मोटरसायकल अशा वेगवेगळ्या वाहतूकीच्या साधनांचा त्याने यासाठी उपयोग केला. ऑशवित्झ सोडल्यापासून जवळजवळ एक महिन्याने तो रॉटरडॅम या हॉलंडच्या बंदराजवळ पोहोचला.

त्यावेळी रॉटरडॅम बंदराजवळ अनेक काळे धंदे चालत. वेश्याव्यवसाय, तस्करी व माणसांची बेकायदेशीरपणे एका देशातून दुसऱ्या देशात वाहतूक राजरोसपणे चालू होती. युद्धात गुंतलेल्या सरकारला त्यांच्याकडे लक्ष द्यायला सवड नव्हती. राईकमनला तेथे कोबी नावाचा काळ्या धंद्याचा सूत्रधार आहे असे एका बारमनने सांगितले. तेव्हा दाढी व मिशा वाढवून राईकमन खलाशांसारखा वेश परिधान करायचा.

जाड्या-जुड्या, टक्कल पडलेल्या व दंडावर भल्या मोठ्या नागाचे चित्र गोंदलेल्या कोबीने तोंडातील सिगारेट न काढताच राईकमनला विचारले,

"काय काम आहे?"

"तीन कामं आहेत." राईकमन म्हणाला.

"कोणती?"

"माझ्या जवळचं काही सोनं विकायचं आहे, दोन बनावट पासपोर्ट हवे आहेत आणि एखाद्या मालवाहू बोटीने दक्षिण अमेरिकेकडे जायचं आहे!" ही कामे कोबीच्या दृष्टीने अगदीच क्षुल्लक होती. त्याचे लागेबांधे सगळीकडे होते.

ऑशवित्झमधे असताना राईकमन हॅन्स बौमनच्या मदतीने ज्यूंकडील मौल्यवान वस्तू गोळा करत असे. त्यातील काही मध्यवर्ती कोषागाराकडे पाठवल्या जायच्या तर काही राईकमनच्या बंगल्यावर. रात्री बर्ट व इलेनॉर निघून गेल्यावर राईकमन एका मुशीत सोन्याचे दागिने वितळवून त्यांचे बार बनवून ठेवायचा. ऑशवित्झमधून पळून जायचा प्रसंग आला तर उपयोगाला येतील हा त्या मागचा हेतू.

कोबीच्या मदतीने त्याची तीनही कामे झाली. १४ मार्च १९४५ या दिवशी रॉटरडॅम बंदरातून सुटलेले स्वीडिश मालवाहू जहाज चालले होते अर्जेंटिनाच्या ब्युनोस आयरेस या बंदराकडे. राईकमनने पासपोर्टवरची नावे वाचली. एकावर नाव होते मिस्टर माल्कम लॉरेन्स क्वेन बोव्हेन तर दुसऱ्यावर होते फ्लोरियान फिलीप ट्रापेन! बोट तीन महिन्यांनी ब्युनोस आयरेसला पोहोचण्यापूर्वी लिस्बन, डकार, रेसिफ व रिओ-द-जनेरो येथे थांबे घेणार होती. पण राईकमनला जायचे होते ब्युनोस आयरेसलाच, युरोपपासून जितके दूर जाता येईल तितके.

आपल्याजवळच्या बॅगेतील भरपूर सोने व हिरे यांची तो बारकाईने काळजी घ्यायचा. एका जुनाट दिसणाऱ्या सुटकेसमधे करोडोंची संपत्ती असेल असे त्या बोटीवरील कोणत्याही कर्मचाऱ्याच्या स्वप्नातदेखील आले नाही. शिवाय राईकमनला त्या बोटीच्या कप्तानाने तात्पुरता सफाई कामगार म्हणून नोकरीवर ठेवलेले. राईकमनमुळे कोबीची व कप्तानाचीही चांगलीच कमाई झाली होती.

ब्युनोस आयरेसला पोहोचल्यावर आपल्या पैशाच्या जोरावर तेथे स्थायिक होण्यात राईकमनला कसलीही अडचण आली नाही. सरकारी अधिकाऱ्यांमधे मोठ्या प्रमाणावर भ्रष्टाचार राजरोसपणे चालायचा. त्याचा त्याने फायदा घेतला. यथावकाश तो ब्युनोस आयरेसच्या उत्तरेला असलेल्या सांता फे या गावी स्थायिक झाला. तो सदैव आंतरराष्ट्रीय घडामोडींवर लक्ष ठेवून असायचा. विशेषत: ईस्रायलच्या परागंदा नाझींना पकडायच्या काय योजना आहेत हे तो वर्तमानपत्रांतून येणाऱ्या बातम्यांवरून व 'टाईम'सारख्या मासिकांतील लेखांवरून अजमावायचा.

मे १९५५ मधे त्याच्या वाचनात एक खळबळजनक बातमी आली. ती वाचल्यापासून त्याची झोप उडाली. त्याने 'टाईम' मधे

वाचले की दुसरे महायुद्ध संपत यायच्या सुमारास हिटलरने पाचशे नाझी अधिकाऱ्यांना दहा पाणबुड्यांमधून अर्जेंटिनाला जायचे आदेश दिले. जाताना बरोबर मोठ्या प्रमाणावर सोने व इतर जड जवाहीर न्यायला सांगितले. त्याची म्हणे अर्जेंटिनामधे नवे राष्ट्र उभे करायची इच्छा होती. त्या दहा पैकी सात पाणबुड्या अर्जेंटिनाला सुखरूप पोहोचल्या. किनाऱ्याजवळ त्या बुडवून टाकल्या गेल्या व रबराच्या छोट्या 'डिंजी' नावांतून जवळ जवळ साडेतीनशे नाझींनी आपल्या जवळील मौल्यवान वस्तू घेऊन अर्जेंटिनामधे प्रवेश केला. यथावकाश ते तेथे वेगवेगळ्या ठिकाणी स्थायिक झाले. एका शोधक पत्रकाराच्या मते हिटलरने युद्धातील पराभव सहन न होऊन आत्महत्या केलीच नाही. तो व त्याची प्रेयसी इव्हा ब्राऊन यांनी युद्ध संपत यायच्यावेळी पलायन केले व त्यांनी अर्जेंटिना गाठले. त्यांना अर्जेंटिनातील पॅटागोनिया या ठिकाणी पाहिल्याचे काही लोकांनी त्या पत्रकाराला सांगितले असा त्याचा दावा होता.

राईकमन ही बातमी खरी होती की ती एक अतिशयोक्ती होती याचा शहानिशा करण्याच्या मन:स्थितीत नव्हता. त्याने विचार केला की आता ईस्त्रायलचे गुप्तहेर नाझी अधिकाऱ्यांचा शोध घेण्यासाठी आपला मोर्चा अर्जेंटिनाकडे नक्कीच वळवणार. आपण गावाबाहेर एकटेच राहिलो तर आपल्याकडे नक्कीच लक्ष वेधले जाणार. त्यापेक्षा एका महानगरात राहणे सुरक्षिततेच्या दृष्टिकोनातून उचित असा त्याने विचार केला. त्याला रिओ-द-जनेरोची माहिती होती. अर्जेंटिनाहून तिकडे स्थलांतर करणे त्यातल्या त्यात सोपे होते.

जून १९५५मधे त्याने आपले फार्महाऊस गॅब्रिएल गार्सिया या गृहस्थांना विकले व रिओ-द-जनेरोकडे प्रयाण केले. रिओत आल्यावर त्याने आपला माल्कम बोव्हेन नाव असलेला पासपोर्ट वापरायला सुरुवात केली. जरी कोणाच्या डोक्यात मिस्टर ट्रापेनचे काय झाले याचा शोध घ्यायची कल्पना आली असती तर त्याचा रिओपर्यंत माग काढता आला नसता, हा त्या मागचा हेतू.

ब्राझिलमधे भ्रष्ट अधिकाऱ्यांना पैसे चारून व त्यावेळच्या सरकारच्या गुंतवणुकीच्या योजनेचा फायदा घेऊन यथावकाश तेथील नागरिकत्व मिळवणे त्याला सहज शक्य झाले.

सोफियाचा वॉर्सातील वास्तव्याचा तो शेवटचा दिवस होता. त्या दिवशी संध्याकाळी अंत्वान व मी तिला वॉर्सातील एका छानशा उपहारगृहात जेवायला घेऊन गेलो. राईकमनचे संपूर्ण चित्तथरारक प्रकरण तिने आपल्या कथनातून महायुद्धाच्या पार्श्वभूमीपासून सुरुवात करून युद्धसमाप्तीच्या वेळी त्याचे गूढ रितीने गायब होणे, त्याने अर्जेंटिनाला पोहोचणे, नंतर ब्राझिलमध्ये निवृत्त दुग्ध व्यावसायिक असल्याची बतावणी करून राहणे, त्याचानंतरचा शोध व 'मोसाद'ची अपहरणाची योजना या सर्व घडामोडी आम्हाला रंगवून सांगितल्या होत्या.

त्या दिवशी उपहारगृहात गप्पा मारत असताना मी तिला विचारले,

"सोफिया, राईकमनला १९७९ मधे फासावर चढवण्यात आलं ना?"

"होय! १५ जून १९७९ या दिवशी त्याला जेरूसलेमच्या कारागृहात फाशी देण्यात आली. तत्पूर्वी ईस्रायलने १९५० साली संमत केलेल्या युद्धगुन्हेगारीच्या कायद्यांतर्गत त्याच्यावर रीतसर खटला दाखल करण्यात आला होता. राईकमनने वकील दिला नव्हता व सरकारने दिलेला वकीलही स्वीकारला नाही. त्या खटल्यात सरकार पक्षाचे प्रमुख साक्षीदार होते यित्झाक होफी! ऑशवित्झमधून वाचलेले काही अन्य साक्षीदारही 'मोसाद'ने शोधून त्यांना न्यायालयात पाचारण केले होते. त्याच्या-विरुद्ध भरभक्कम पुरावा होता. प्रत्येक आरोपास त्याचे ठरावीक उत्तर होते. 'जे जे मी तेथे केले ते ते 'वरून' आलेल्या आदेशामुळेच. खरे गुन्हेगार माझे वरिष्ठ होते. मी केवळ तत्कालिन सरकारी यंत्रणेचा एक भाग होतो!' पण न्यायालयाने न्यूरेमबर्ग तत्त्वांच्या आधारे त्याचा तो बचाव मान्य केला नाही."

दुसऱ्या महायुद्धाच्या समाप्तीनंतर चोवीस नाझी जर्मन युद्धगुन्हेगार मित्रराष्ट्रांच्या हाती सापडले होते. त्यांच्यावर न्यूरेमबर्ग येथे खास न्यायाधिकरण स्थापून खटले चालवले होते. तेव्हाही अशाच प्रकारचे बचाव आरोपींतर्फे मांडण्यात आले होते. आंतरराष्ट्रीय कायद्यातील तज्ज्ञ न्यायाधीशांनी ते कसे फोल आहेत हे सविस्तर कारणमीमांसेच्या

आधारे त्या निकाल पत्रात लिहिले आहे. त्या निकालाची तत्त्वे आता आंतरराष्ट्रीय कायद्याचा भाग बनली आहेत.

"राईकमनला फासावर चढवले तेव्हा त्याच्या खटल्यावर पडदा पडला पण ऑशवित्झ हे प्रकरण कधीच संपणार नाही! तिथल्या अन्यायाच्या, अत्याचाराच्या व संहाराच्या साक्षी द्यायला तिथले स्मारक आजही उभे आहे! हजारो लोक प्रत्येक वर्षी तेथे जाऊन तेथे प्राणाहुती दिलेल्या लाखो निष्पाप जीवांना श्रद्धांजली वाहतात, राईकमनच्या अमानुषतेचा धिक्कार करतात. माझ्या वैयक्तिक बाबतीत बोलायचे तर संपूर्ण राईकमन प्रकरण हा माझ्या अभ्यासाचाच विषय बनला. त्याच्या खटल्याच्यावेळी मी मुद्दाम हजर राहिले!" सोफिया म्हणाली.

"म्हणजे तू राईकमनला प्रत्यक्ष पाहिलं आहेस?"

मी विचारले.

"हो, अगदी जवळून! १९६८ पासून मी दुसऱ्या महायुद्धाचा अभ्यास करायला सुरुवात केली. त्यामुळे मला ऑशवित्झच्या अत्याचाराची बारकाईने माहिती झाली. अमानुषतेचा कळस गाठणाऱ्या त्या नराधमास प्रत्यक्ष पाहायला मी खूप उत्सुक होते."

ज्याच्या अत्याचारांचा सखोल अभ्यास केला आहे त्यास प्रत्यक्ष पाहण्याची उत्सुकता सोफियाला असणे स्वाभाविकच होते.

आमची निघायची वेळ झाली. अंत्वानने व मी सोफियाचे शतश: आभार मानले.

ऑस्ट्रिया, जून २००६

वॉर्सांहून साल्झबर्गला जाणाऱ्या टी.जी.व्ही. या वेगवान रेल्वेमधे सोफिया बसली होती. अलीकडेच रॉकफेलर प्रतिष्ठानच्या खास निमंत्रणावरून ती तीन महिन्यांच्या अमेरिकेच्या दौऱ्यावर जाऊन आली होती. तिची दुसऱ्या महायुद्धादरम्यान घडलेल्या अत्याचारांवर हार्वर्ड, येल, कोलंबिया व मिशिगन या प्रसिद्ध विद्यापीठांत व्याख्याने झाली होती. त्यांना उत्तम प्रतिसाद मिळाला होता. त्याविषयाच्या तिच्या सखोल, वस्तुनिष्ठ व सांगोपांग अभ्यासाचे तज्ज्ञांनी मुक्तहस्ताने कौतुक केले होते. हार्वर्ड विद्यापीठाने तर तिला प्राध्यापिकेची नोकरी देऊ केली होती. हा एक मोठा सन्मान होता. पण ऑशवित्झला

वाहून घेतलेल्या सोफियाने ती नाकारली होती.

साल्झबर्गहून उद्या म्हणजे चौदा जूनला तिला बर्नडॉर्फला जायचे होते. तो दिवस इलेनॉर हॉडिज्चा म्हणजेच सोफियाच्या आईचा छत्तीसावा स्मृतिदिन होता. गेली कित्येक वर्षे सोफियाने या दिवशी इलेनॉरच्या कबरीवर पुष्पचक्र वाहायचा नियम मोडला नव्हता. आपल्या जन्मदात्या पित्याने केलेल्या अमानुष संहाराच्या हृदय पिळवटून टाकणाऱ्या कथा जगासमोर आणण्याचे सोफियाचे व्रत ही तिच्यामते असह्य अत्याचार सहन केलेल्या आपल्या आईच्या व ऑशवित्झमधे बळी पडलेल्या लक्षावधी निरपराध जीवांच्या स्मृतीला खरी श्रद्धांजली होती!

◻

व्हिएतनाममधील एका निष्पाप खेड्याची,
अमेरिकन सैनिकांनी केलेली अमानुष कत्तल

उद्ध्वस्त

उमेश कदम

'मी–लाय्' या क्वांग अंगै (व्हिएतनाम) जवळच्या खेड्यामध्ये
१६ मार्च, १९६९ च्या सकाळी जे काही घडलं त्यावर
आधारलेली ही कहाणी आहे.

'उद्ध्वस्त'मधली काही व्यक्तिमत्त्वं आज वास्तवातली,
हयात असलेली आणि काही नसलेली आपल्याला भेटतील.
अशा व्यक्ती प्रत्यक्षात तत्सम प्रसंगी जशा वागल्या-
बोलल्या असत्या, तशाच त्या आहेत. या कथानकामध्ये
वास्तव आणि कल्पित यांचा संयोग साधून आधुनिक
इतिहासातला एक अविश्वसनीय वाटावा असा विदारक
आणि हृदयभेदक अध्याय, चित्तवेधक आणि नाट्यपूर्ण
रीतीने मराठी वाचकांसमोर मांडण्याचा प्रयत्न केला आहे.